இந்த இனிய பயன்தரும் நூலை பரிசாக வழங்குவதில் பெருமகிழ்வுகொள்ளும் தங்கள் அன்புள்ள...

விஜய் சேதுபதி
வென்ற கதை!

தமிழ் சினிமாவில் சிறுசிறு வேடத்தில் நடித்து,
மாஸ் ஹீரோவாக வலம் வரும் ஒரு
'இமேஜ்' இல்லா நடிகரின் கதை!

பால பாரதி

நர்மதா

நர்மதா பதிப்பகம்
நல்ல நூல் வெளியீட்டாளர்கள்
10, நானா தெரு, (தி.நகர் தலைமை
அஞ்சலகத்தை ஒட்டிய தெரு), பாண்டிபஜார்,
தியாகராய நகர், சென்னை - 600 017. ☎ : 2433 4397
செல்லிடபேசிகள் : 98402 26661, 98409 32566, 99400 45044

வாசகர்களுக்கு

நல்ல நூல்களுக்காகத் தரப்படும் தொகை செலவல்ல - மூலதனம்! நமது சிறப்பான எதிர்கால வாழ்வுக்காகத் தரப்படும் Investment! ஐம்பது ரூபாய் புத்தகத்தில் ஆயுட் கால வாழ்க்கைக்கான யோசனைகள் நிறைந்திருக்கும்.

■ பொழுதுபோக்கு, கேளிக்கைகளுக்காக செலவிடப் படும் தொகையில் சிறு பகுதியையாவது பயன்தரும் புத்தகங ்களுக்காக செலவிடுங்கள் - மிகுந்த பயன் பெறுவீர்கள்!

■ எங்களது இலவச விலைப்பட்டியலைப் பெற 50 காசு அஞ்சலட்டையில் எழுதலாம். அல்லது குறுஞ்செய்தி (SMS) அனுப்புங்கள். நாங்களே அழைத்துப் பேசுகிறோம். உடன் எங்கள் செலவிலேயே அனுப்பி வைக்கிறோம்.

■ தமிழகத்தின் எல்லா பிரபல புத்தகக் கடைகளிலும் நர்மதா நூல்கள் கிடைக்கின்றன. அவர்களிடமிருந்து (தபால் செலவின்றி) பெறலாம். தபாலில் அனுப்புவதற்கான கட்டணம் அதிகமாக உள்ள நிலையில் தங்கள் ஊர் புத்தகக் கடையிலேயே பெறலாம். அவர்கள் நல்ல நூல்கள் விற்க ஆதரவு தரலாம்!

E-mail : sales@narmadhapathipagam.com
Website : www.narmadhapathipagam.com

Pages : 156
Price Rs. : 100.00

❏ Vijay Sethupathi Vendra Kathai - Biography of a mass hero Vijay Sethupathi - in Tamil by Bala Bharathi ❏ First Edition : September 2021 ❏ Published by R. Janarthanam, Narmadha Pathipagam, Chennai - 600 017 ❏ D.T.P. Execution at : M/s P.S. Muthu Graphics, Chennai - 600 033 ❏ Printed at : M/s Sekar Offset, No. 168, Big Street, Chennai - 5.

உட்பொதிவு

1.	குடும்பம்	5
2.	நடிப்பார்வத்தைத் தூண்டிய நண்பர்	13
3.	கூத்துப்பட்டறையும் - குறும்படமும்	16
4.	துணை நடிகர் சான்ஸ்	22
5.	ஹீரோ புரொமோசன்	26
6.	சினிமாவுக்கு வந்த குறும்பட குரூப்ஸ்	31
7.	நட்புக்கு மரியாதை	37
8.	மாஸ் ஹீரோவாக மாற்றிய படங்கள்	41
9.	மார்க்கெட்டை மீட்டெடுத்த '96'	47
10.	நாடகக் கலைஞனாகவே வாழ்ந்த 'சீதக்காதி'	52
11.	திருநங்கையாக மாறிய 'சூப்பர் டீலக்ஸ்'	55
12.	என்டர்டெய்னர் - பெர்பார்மர்	61
13.	தயாரிப்பாளர் அவதாரம்	66
14.	பல்கலை வித்தகர்	74
15.	வில்லனாக வெளுத்துக் கட்டிய 'பேட்ட' - 'மாஸ்டர்'	78
16.	கமல்ஹாசனுக்கு வில்லன்	86
17.	நம்பிக்கை நட்சத்திரம்	88
18.	இயல்பான நடிப்புக் கலைஞன்	92
19.	திரை போட்டுக் கொள்ளாத வாழ்க்கை	98
20.	பெண்களுக்கு மரியாதை	102

21.	பிற மொழிகளில் வரவேற்பு	106
22.	வரிசை கட்டி நிற்கும் படங்கள்	114
23.	சமூக அக்கறை	120
24.	மாறுபட்ட ரசிகர்கள்	128
25.	சர்ச்சைகள் சங்கடங்கள்	132
26.	விருதுகள் வெகுமதிகள்	138
27.	நண்பர்கள் பார்வையில்	143

இமேஜ் இல்லாத எளிய கலைஞன்

எம்.ஜி.ராமச்சந்திரன் என்கிற எம்.ஜி.ஆரை 'மக்கள் திலகம்' ஆக்கியதும், சிவாஜிராவ் என்கிற ரஜினிகாந்த்தை 'சூப்பர் ஸ்டார்' ஆக்கியதும் தமிழ் சினிமா ரசிகர்கள் நிகழ்த்திக் காட்டிய மாபெரும் மேஜிக்!

அந்த வரிசையில், இன்றைக்கு ரசிகர்களின் மனம் நிறைந்த 'மாஸ் ஹீரோ'வாக உயர்ந்து நிற்கிறார் மக்கள் செல்வன் விஜய்சேதுபதி!

தமிழ்த் திரையுலகுக்கு ரஜினி வந்தபோது, அவர் முன் இருந்த மிகப்பெரிய சவால், தமிழில் வசனம் பேசி நடிப்பதுதான். அதனால் வசனத்தை முழுக்க மனப்பாடம் செய்துவிட்டு, அதை கேமராவுக்கு முன்பு தனக்கே உரிய பாணியில் வேக வேகமாக ஒப்பித்து விடுவார். அப்படி அவர் ஆரம்பகாலத்தில் வேகமாகப் பேசிய அந்த பாணிதான் வழக்கமான வசன உச்சரிப்பை உடைத்து, ஒரு புது வடிவத்தை அறிமுகப் படுத்தியது. அதுவே பின்னர் 'ரஜினி ஸ்டைல்' என்று நிலைக்கவும் செய்தது.

6

ரஜினியிலிருந்து உருவான இன்னொரு சூப்பர் ஸ்டார்தான் விஜய்சேதுபதி. 'விறுவிறு'வென அவர் வசனம் பேசும் ஸ்டைல், சூப்பர் ஸ்டார் ரஜினியை இமிடேட் செய்வதைப் போலவே இருக்கும். ஆரம்பத்தில், விஜய்சேதுபதி பேசும் வசனம் பலருக்கும் புரியாமலேயே இருந்தது. பிறகு, அதையொரு சவாலாக எடுத்துக் கொண்டு, அதில் சாதித்தும் காட்டினார். அவர், 'விறுவிறு'வென வசனம் பேசும் பாணியை ரசிகர்கள் விரும்ப ஆரம்பித்தனர்.

விஜய்சேதுபதியை எம்.ஜி.ஆர். – சிவாஜி, ரஜினி – கமல் வரிசையில் வைத்துப் பார்க்கும்போது அவர் இரண்டும் சேர்ந்த கலவையாக, ரசிகர்களை வசீகரிக் கும் இயல்பான நடிப்புக் கலைஞனாக இருக்கிறார்.

யார் நாயகன், யார் நாயகி என்பதெல்லாம் கணக்கில் இல்லை. படத்தில் இவர் இருக்கிறார். அதுவும் மனதுக்கு நெருக்கமாக இருக்கிறார். சுமார் மூஞ்சிகுமார் பேசும் வசனங்கள் பாதி புரியாது. ஆனால், சுமார் மூஞ்சி குமாரைப் பிடிக்காத ஆளைப் பார்ப்பது அபூர்வம்!

'காதலும் கடந்து போகும்' கதிர், கதாபாத்திரத்தில் வேறு யாரையுமே யோசித்துப் பார்க்கவே முடியாது.

'நடுவுல கொஞ்சம் பக்கத்தக் காணோம்' படத்தில் வேறு யார் நடித்திருந்தாலும் இப்படி ஸ்கோர் செய்திருக்க முடியுமா என்பது சந்தேகம்தான்!

கேரக்டருக்காக எந்தளவு வேண்டுமானாலும் இறங்கிப்போகத் தயாராக இருக்கும் விஜய்சேதுபதி,

நரை முடியுடன் நடுத்தர வயது மனிதராகவும், நாயகி கூட கற்பனையில் மட்டுமே வருபவளாகவும் இருந்த 'சூது கவ்வும்' கதையில் இமேஜ் பார்க்காமல் நடித்தபோது அந்தப் படம் அவரை, ரசிகர்களிடம் மிகவும் நெருக்கமாகக் கொண்டு போனது.

'றெக்க' படத்தில் அவ்வளவு சண்டை போட்டும் கிடைக்காத ஆக்ஷன் ஹீரோ இமேஜ், 'விக்ரம் வேதா'வில் வயதான கேங்ஸ்டராக நடித்தபோது கிடைத்தது. திருடன், போலீஸ் விளையாட்டை மையமாகக் கொண்ட 'விக்ரம் வேதா' படத்தில் அவர் ஏற்று நடித்த வேதாளம் கேரக்டர் விஜய் சேதுபதிக்கு, ரசிகர்களிடம் செம வரவேற்பைப் பெற்றுக் கொடுத்தது.

'சூது கவ்வும்' தாஸ், 'நடுவுல கொஞ்சம் பக்கத்த காணோம்' பிரேம்குமார், 'இதற்குத்தானே ஆசைப்பட்டாய் பாலகுமாரா' சுமார் மூஞ்சி குமாரு, 'பண்ணையாரும் பத்மினியும்' முருகேசன், 'ஆரஞ்சுமிட்டாய்' கைலாசம், 'இறைவி' மைக்கேல், 'காதலும் கடந்து போகும்' கதிர், 'விக்ரம் வேதா'வில் வேதா என சாமானிய மக்களிடமிருந்து எழுந்துவரும் எளிய, விளிம்புநிலைக் கதாபாத்திரங்களில் வாழ்ந்து காட்டிவருகிறார் விஜய்சேதுபதி.

அவர், சினிமாவில் காலடி எடுத்து வைத்து 15 வருடங்களுக்குள்தான் இருக்கும். இந்தக் குறுகிய காலத்தில் அயரா உழைப்பை, கடினமான போராட்டத்தைக் கொடுத்து முன்னேறி வந்திருக்கிறார்.

ஒவ்வொரு மாதத்திலும் குறைந்தபட்சம் விஜய்சேதுபதி நடித்த இரண்டு படங்களாவது

வெளியாகின்றன. 'ஆரஞ்சு மிட்டாய்', 'மேற்குத் தொடர்ச்சிமலை' என சாமானிய மக்களின் வாழ்க்கையைப் பேசும் படங்களைத் தயாரித்து, தன்னையொரு தரமான தயாரிப்பாளராகவும் படஉலகில் பதிவு செய்திருக்கிறார்.

ஹீரோவின் அல்லக்கையாக, கூட்டம் கும்பலில் வந்து தலையைக் காட்டும் சாதாரண துணை நடிகராக தன் சினிமா வாழ்க்கையைத் தொடங்கி, எதிர்பாராமல் கதாநாயகனாக உயர்ந்து, இன்று தமிழ் சினிமாவின் தவிர்க்க முடியாத நட்சத்திரமாக மாறியிருக்கிறார் 'மக்கள் செல்வன்' விஜய்சேதுபதி.

வாரிசு நடிகர்களின் ஆதிக்கம் இருக்கும் தமிழ் சினிமா உலகத்தில், எந்தப் பின்புலமும் இல்லாமல், தனது சொந்த முயற்சியால் மட்டுமே மிகப்பெரிய உயரத்தை அடைந்து, வெற்றிநாயகனாக வலம் வரும் விஜய்சேதுபதி வென்ற கதையைப் பற்றிப் பேசுகிறது இந்தப் புத்தகம்...

நன்றி...

பாலபாரதி,

திரைநூல் எழுத்தாளர்,
சென்னை - 94.
செல்லிடப்பேசி: 95661 46704

விஜய்சேதுபதி வென்ற கதை

1

குடும்பம்

காளிமுத்து - சரஸ்வதி தம்பதியின் மகனாக 16.01.1978-ல் விருதுநகர் மாவட்டம், இராஜபாளை யத்தில் பிறந்தவர் விஜய்சேதுபதி. இவரின் தங்கை ஜெயஸ்ரீ. ஆரம்பக் கல்வியை விருதுநகரில் பயின்றார்.

விஜய்சேதுபதியின் தந்தை சிவில் இன்ஜினியர். பணி நிமித்தமாக குடும்பம் சென்னைக்குக் குடிபெயர்ந்த தால், உயர்நிலைக் கல்வியைச் சென்னையில், எம்.ஜி.ஆரின் தாய் சத்யா பள்ளியில் படித்தார். இளநிலை வணிகவியலில் பட்டம் பெற்றுள்ள விஜய்சேதுபதி, கல்லூரிப் படிப்பை துரைப்பாக்கத்தில் உள்ள டி.பி. ஜெயின் கல்லூரியில் படித்தார்.

அவர் படிப்பில் அவ்வளவு கெட்டிக்காரரர் எல்லாம் கிடையாது! பள்ளியில் சராசரிக்கும் கீழான மாணவன்தான். விளையாட்டிலும், கலைநிகழ்ச்சி களிலும் கூட அவருக்கு நாட்டம் இருந்ததில்லை. மற்ற மாணவர்களைப் போல விளையாட்டிலோ, தனித்

திறமைகளைக் காட்டும் கலைநிகழ்ச்சிகளிலோ ஆர்வம் காட்டாமலேயே இருந்த விஜய்சேதுபதி, அந்தப் பருவத்தில் அதிகம் கேள்வி கேட்பவராக இருந்தார்

'பார்ட் டைம் ஜாப்' ஆக மூன்று வேலைகளைப் பார்த்திருக்கிறார். அண்ணாநகர் ஹைஸ்டைல் ரெடிமேட் ஷோரூமில் சேல்ஸ்மேன், இரவில் கோடம்பாக்கம் ஃபாஸ்ட் புட் கடையில் சப்ளையர், அப்புறம் ஒரு ஆடிட்டர் ஆபீசில் அசிஸ்டெண்ட் என பரபரப்பாக இயங்கினார்.

கல்லூரிப் படிப்பு முடிந்து பி.காம். பட்டம் பெற்றதும் ஒரு கம்பெனியில் அக்கவுன்டெண்ட் ஆக வேலைக்குச் சேர்ந்தார். ஒரு வருடத்துக்குப் பிறகு அந்த வேலை சலித்தது. 'மாத ஊதியக்காரனாக மாறினால் வாழ்க்கை இப்படியேதான் போகும்' எனக் கருதி, அந்த வேலையைத் தூக்கிப் போட்டார்.

2000-இல் துபாய் செல்ல சான்ஸ் கிடைத்தது. அங்கே நல்ல வருமானம், 'தனியாக வாழ்க்கையை எதிர்கொள்ளலாம்' என்கிற துணிச்சலையும், நம்பிக்கை யையும் கொடுத்தது. மூன்று வருடம், வாழ்க்கை ஜாலியாகப் போனது.

விஜய்சேதுபதி, குடும்பப் பாசம் உள்ளவர். தங்கை ஜெயஸ்ரீ மீது அளவுகடந்த அன்பு காட்டுவார். அதேபோல அவருக்கு நண்பர்கள் அதிகம். எப்போதும் நண்பர்கள் சூழவே இருப்பார். நண்பர்களோடு நேரத்தைக் கழிப்பதுதான் அவரின் முக்கியமான பொழுதுபோக்காக இருந்தது.

விஜய்சேதுபதி வென்ற கதை

துபாய் வந்த பிறகு குடும்பத்தையும், நண்பர்களையும் பார்க்க முடியாமல் ரொம்பவும் சிரமப்பட்டார்! ஆகவே துபாய் வேலைக்கு குட்பை சொல்லி, சென்னைக்குத் திரும்பினார். விஜய்சேதுபதியின் இந்த முடிவை ஏற்றுக்கொண்ட அவருடைய அப்பா "உனக்கு எது பிடிக்கிறதோ அதைச் செய். உன் மனம் சொல்வதைக் கேள்" எனவும் ஆலோசனை சொன்னார்.

பிறகுதான் அவரின் வாழ்க்கையில் ஷாலினி என்கிற ஜெஸி வந்தார். ஜெஸியைத் தீவிரமாகக் காதலித்து, பெற்றோர் சம்மதத்துடன் திருமணம் செய்துகொண்டார். அவர்களின் காதல் வாழ்க்கைக்கு அடையாளமாக சூர்யா என்கிற மகனும், ஸ்ரீஜா என்கிற மகளும் பிறந்தனர்.

இரண்டு குழந்தைகளின் தந்தையாக மாறிய விஜய்சேதுபதிக்கு, குடும்பத்தில் பொறுப்பு அதிகமானது. ரெடிமேட் கிச்சன் கம்பெனியில் சேல்ஸ்மேன், ஒரு கார் கம்பெனியில் சர்வே எடுப்பது என கிடைத்த வேலையைச் செய்தார். மறைந்த காமெடி நடிகர் விவேக் வீட்டில் பிளம்பிங் வேலைகூட செய்திருக்கிறார்.

■ ■

2

நடிப்பார்வத்தைத் தூண்டிய நண்பர்

விஜய்சேதுபதிக்கு எப்போதுமே சினிமா பிடித்த மான விஷயமாக இருந்ததே கிடையாது! சினிமாவும் அதிகம் பார்க்க மாட்டார். நண்பர்களின் தொந்தரவால் சில சமயம் படம் பார்க்கச் செல்வார்! போட்டோவுக்கு போஸ் கொடுக்கக்கூட தயங்கும் அளவுக்குக் கூச்சம் உள்ளவராகவே அவர் இருந்திருக்கிறார்.

திருமண போட்டோ ஆல்பத்தை வாங்கப்போன இடத்தில், அவரின் புகைப்படங்களைப் பார்த்த ஒரு போட்டோகிராபர், “போட்டோல ரொம்ப நல்லா இருக்கீங்க, நீங்க ஒரு ஹீரோ மெட்டீரியல், சினிமாவுக்கு முயற்சி செய்யுங்க!” என்று சொல்ல, மனது சிறகு அடித்தது.

ஆனால், விஜய்சேதுபதி அதை வெளியே காட்டிக் கொள்ளவில்லை! பிறகு, அவர் “இது முகஸ்துதி அல்ல, என்னோட மனசுல இருந்து சொல்றேன், சினிமாவுக்கு முயற்சி செய்ங்க” என்று அவர், நடிப்பார்வத்தைத் தூண்டினார்.

அந்த ஒளிப்படக் கலைஞனின் வார்த்தையில் இருந்த உண்மையை உணர்ந்த விஜய்சேதுபதி, 'முயற்சி செய்துதான் பார்க்கலாமே' என்கிற முடிவுக்கு வந்தார்.

இதைக் குடும்பத்தினரிடமும், நண்பர்களிடமும் சொன்னபோது, 'ஆர்வக்கோளாறு' என்று விமர்சிக்கப் பட்டார்.

ஆனால், அந்த விமர்சனங்களைப் பற்றிக் கவலைப் படாமல், குடும்பத்தாருக்குத் தெரியாமலேயே கோடம்பாக்கம் ஏரியாவில் இருக்கும் பட கம்பெனி களுக்குப் படையெடுக்க ஆரம்பித்தார்.

வீட்டில் இருந்தபடியே, 'வாட்ஸ் ஆப்'பில் விவரக் குறிப்புகளை சொல்லியோ, 'லேப் டாப்'பில் உள்ள புகைப்படங்களை மெயில் அனுப்பியோ 'சான்ஸ்' பிடிக்கும் நவீன தொழில்நுட்ப முறையில் முயற்சி செய்யாமல், நேரடியாகவே கம்பெனிகளுக்குப் போய் வாய்ப்பு வேட்டையாடினார்.

'நடிகர் - நடிகை தேவை' என விளம்பரம் கொடுத்து ஆளை வரவழைத்துப் பணம் பறிக்கும் 'உப்புமாக் கம்பெனி' தொடங்கி, பெரிய படக் கம்பெனி வரை பல சினிமா கம்பெனிகள் ஏறி, இறங்கி, ஒவ்வொரு கம்பெனியாகத் தேடிச்சென்று நடிக்க வாய்ப்பு கேட்டபோது, அவரது ஒளிப்படங் களை வாங்கிக் கொள்ளவே பலர் மறுத்தனர்.

விதவிதமான தோற்றங்களில் 'புகைப்பட ஆல்பம்' தயார் செய்து, அதை சினிமா கம்பெனிகளில் காட்டி 'வாய்ப்பு வரம்' கேட்க வேண்டும்! அங்கு

கொடுத்துவிட்டு வந்த புகைப்படத்தைப் பார்த்து உதவி இயக்குனர்கள் யாராவது மனம் இறங்கி நடிக்கக் கூப்பிடுவார்கள். அதுவும் கூட்டம் கும்பலில் வந்து போகும் சின்ன சின்ன வேடமாகவே இருக்கும்!

நடிகர்திலகம் மாதிரி, முதல் படத்திலேயே ஹீரோவாகும் அதிர்ஷ்டம் எல்லோருக்கும் அமையுமா? ஆனானப்பட்ட மக்கள் திலகத்துக்கே முதல் சான்ஸ், சில சீன்களே வந்து போகும் 'போலீஸ் வேடம்' தானே!

ஆனால் அந்த சான்ஸ்கூட விஜய்சேதுபதிக்குக் கிடைக்கவில்லை!

கமல்ஹாசனின் 'நம்மவர்' படத்துக்கு ஜூனியர் ஆர்டிஸ்ட்டாக நடிக்கப் போனபோது, ஏற இறங்கப் பார்த்துவிட்டு, 'நீ பழம் மாதிரி இருக்க' என்று சொல்லி அனுப்பிவிட்டார்களாம்! பிறகு கமல்ஹாசனை வேடிக்கை பார்த்துவிட்டு வீடு வந்து சேர்ந்தாராம்.

இதுமாதிரி சங்கடமான பல சம்பவங்கள்! அதற்காக அவர் மனம் தளரவில்லை, நம்பிக்கை இழக்கவில்லை! சலிக்காமல் தொடர்ந்து சான்ஸ் தேடினார்!

சினிமாவில் வழிகாட்ட யாரும் இல்லாமல், யாரை அணுகி வாய்ப்புக் கேட்பது எனத் தெரியாமல் தடுமாறினார். பிறகு 'வாய்ப்பு வரும்போது வரட்டும்' என தன்னைச் சமாதானப்படுத்திக்கொண்டார்!

3

கூத்துப்பட்டறையும் - குறும்படமும்

சினிமா வட்டாரத்தில் அப்போது 'கூத்துப் பட்டறை' என்கிற வார்த்தை ரொம்பவும் பிரபலம். நடிப்புப் பயிற்சி தரும் அந்த கூத்துப்பட்டறையில் சேர்ந்து பயிற்சியெடுத்துக் கொண்ட பலருக்கு சினிமா சான்ஸ் கிடைத்து, அவர்கள் தமிழ் சினிமா உலகத்தில் முன்னணி நடிகர்களாக வலம் வந்து கொண்டிருந்தனர். ஆகவே கூத்துப்பட்டறை, விஜய்சேதுபதியின் கவனத்தை ஈர்த்தது.

'சினிமாவில் நடிக்க எந்தப் பயிற்சியும் எடுக்காமல் சான்ஸ் கேட்டு அலைவதைக் காட்டிலும், முறைப்படி நடிப்புப் பயிற்சி எடுத்துக் கொண்டால் எளிதாக சினிமா சான்ஸ் கிடைக்குமே' எனக் கருதிய விஜய்சேதுபதி, கூத்துப்பட்டறையில் சேர முடிவெடுத்தார்.

அங்கேயும் அவருக்கு சோதனை காத்திருந்தது! கூத்துப்பட்டறையில் சேர்ந்து நடிப்புப் பயிற்சி எடுக்க விரும்பிய விஜய்சேதுபதிக்கு, அங்கே நடிப்புப் பிரிவில் இடம் கிடைக்கவில்லை.

ஆனால், அவர்களுக்கு ஒரு அக்கவுன்டன்ட் தேவைப்பட்டது. எப்படியாவது கூத்துப்பட்டறையில் சேர்ந்து விட வேண்டுமென்கிற வேகத்தில் இருந்த விஜய்சேதுபதிக்கு, அங்கே கணக்காளராக வேலையில் சேர, அவரின் பிகாம் படிப்பு கை கொடுத்தது. அதை வைத்து கணக்காளராக கூத்துப்பட்டறையில் சேர்ந்தார்.

சினிமாவில் சாதிக்கும் கனவோடு சென்னைக்கு வந்த 'காதல்மன்னன்' ஜெமினிகணேசன், ஜெமினி பட நிறுவனத்துக்கு சான்ஸ் கேட்டு வரும் கலைஞர்களின் புகைப்படங்களை வாங்கி வைத்துக் கொண்டு, அதில் திறமையான கலைஞர்களைத் தேர்வு செய்யும் வேலையைத்தான் முதலில் செய்திருக்கிறார். பிறகு, அந்த நிறுவனத்தில் உருவாகும் படங்களில் பங்கு பெறும் கலைஞர்களின் நடிப்பாற்றலை அருகே இருந்து பார்த்து, நடிப்புக் கலையில் இருக்கும் நுணுக்கங்களைக் கற்றுக்கொண்டார், பின்னர், ஜெமினி பட அதிபரான எஸ்.எஸ்.வாசன், ஜெமினி கணேசனுக்குள் இருக்கும் நடிப்பார்வத்தையும், திறமையையும் அறிந்து, அவருக்கு ஹீரோ சான்ஸ் கொடுத்தாராம்.

அதைப்போல, சினிமாவில் சாதிக்கும் கனவோடு இருந்த விஜய்சேதுபதி, ஒருவழியாக கூத்துப் பட்டறைக்குள் வந்து, அங்கு நடிப்புப் பயிற்சி எடுக்க வரும் கலைஞர்களின் திறமையை அருகில் இருந்து பார்த்து, நடிப்புக் கலையில் இருக்கும் நுணுக்கங்களைக் கொஞ்சம் கொஞ்சமாகக் கற்றுக்கொண்டார்.

2004-ல் சுனாமி வந்து கடலோரக் கிராமங்களை சீரழித்து பேரழிவை உண்டாக்கியபோது, சுனாமியில்

வாழ்வை இழந்த மீனவ மக்களுக்கு நம்பிக்கை தரும் நாடகங்களை, கூத்துப்பட்டறைக் கலைஞர்கள் நடத்தினர். அதில் நடிக்க விஜய்சேதுபதிக்கு வாய்ப்புக் கிடைத்தது.

அந்த வாய்ப்பைக் கெட்டியாகப் பிடித்துக் கொண்டு, முதல்முறையாக பொதுமக்கள் முன்னிலையில் திறந்தவெளியில் நடித்தார். அப்போது அவர் அடைந்த ஆனந்தத்துக்கு அளவே இல்லை. அதுவொரு நல்ல அனுபவமாகவும், அவரின் கூச்சம் போக அதுவும் ஒரு காரணமாகவும் அமைந்தது.

சினிமாக் கனவுடன் இருக்கும் இளம் கலைஞர்களை உற்சாகப்படுத்தும் விதத்தில், கலைஞர்

தொலைக்காட்சியில் 'நாளைய இயக்குநர்' என்கிற நிகழ்ச்சி வந்து கொண்டிருந்தது. சினிமா ஆர்வத்தில் இருக்கும் நடிகர், நடிகைகள், தொழில்நுட்பக் கலைஞர்கள் கூட்டாகச் சேர்ந்து, குறும்படம் எடுத்து அந்த நிகழ்ச்சிக்கு அனுப்பி வைத்தனர்.

சினிமாவில் சாதிக்கும் துடிப்போடு இருந்த கார்த்திக் சுப்புராஜ், நலன் குமாரசாமி, பாலாஜி தரணிதரன் போன்ற குறும்பட இயக்குநர்கள் விஜய்சேதுபதிக்கு அறிமுகமானார்கள்.

அந்தக் குறும்பட இயக்குநர்களின் அறிமுகம் விஜய்சேதுபதிக்கு வேறொரு வாசலைத் திறந்து வைத்தது. ஆம், கார்த்திக் சுப்புராஜ், நலன் குமாரசாமி, பாலாஜி தரணிதரன் போன்ற குறும்பட

இயக்குநர்களின் குறும்படங்களில் விஜய்சேதுபதி நடித்தார்.

கூத்துப்பட்டறையில் வேலை செய்தபடியே குறும்படங்களில் நடித்தார். இயக்குநர்கள் கொடுக்கும் சின்னச் சின்ன வேடங்களில் நடித்து, தனது திறமையை மெல்ல மெல்ல மெருகேற்றிக் கொண்டார்.

குறும்படத்தில் நடித்ததற்காக, சிறந்த நடிகருக்கான விருதையும் பெற்றார் விஜய்சேதுபதி. இணையதளங்கள் வழியாக இளைஞர்களுக்கு நன்கு அறிமுகமானார்.

இந்த சமயத்தில், விஜய்சேதுபதி சினிமாவுக்கு முயற்சி செய்வது குடும்பத்தினருக்குத் தெரிய வந்தது. ஆனால், எந்த எதிர்ப்பும் காட்டவில்லை! அவரின் முயற்சிக்கு ஆதரவாகவே இருந்தனர். நண்பர்களிடம் கடன் வாங்கி, தன்னோட செலவுகளைச் சமாளித்தார்!

4

துணை நடிகர் சான்ஸ்

குறும்படம் கொடுத்த அனுபவத்தை வைத்து, மீண்டும் சினிமாக் கம்பெனிகளுக்குப் போய் வாய்ப்பு தேடினார். அவரின் விடாமுயற்சிக்குப் பலனும் கிடைத்தது.

சினிமாவில் சின்ன ரோலில் வந்துபோகும் 'ஜூனியர் ஆர்டிஸ்ட்' எனச் சொல்லப்படும் துணை நடிகராக நடிக்க சான்ஸ் அமைந்தது.

ஒரு துணை நடிகராக, கிடைக்கிற சந்து பொந்துகளில் எல்லாம் வந்து போனார். கூட்டம் கும்பலில் ஒருவராக நிற்கும் துணை நடிகராக, பல படங்களில் அவருக்கு வாய்ப்புக் கிடைத்தது.

'புதுப்பேட்டை'யில் ரௌடியாக வரும் தனுஷின் அடியாளாக, 'எம்.குமரன் சன் ஆஃப் மகாலட்சுமி'யில் ஜெயம் ரவி போடும் குத்துசண்டையை வேடிக்கை பார்க்கும் பார்வையாளனாக, 'லீ' படத்தில் சிபிராஜ் உடன் மோதும் கால்பந்து வீரனாக, 'வெண்ணிலா

கபடிக்குழு'வில் எதிர் டீம் அணியைச் சேர்ந்த கபடி வீரனாக, 'நான் மகான் அல்ல' படத்தில் ஹீரோ கார்த்தியின் நண்பர்களில் ஒருவனாக, 'பலே பாண்டியா'வில் ஹீரோ விஷ்ணுவிஷாலின் சகோதரனாக... இப்படி பல படங்களில், சில காட்சிகளில் வந்து தலையைக் காட்டி விட்டுப் போனார்.

'வெண்ணிலா கபடிக்குழு'வில் வலிப்பு வந்து சுருண்டு விழும் கபடி வீரர், 'நான் மகான் அல்ல' படத்தில் கார்த்தியின் நண்பர், 'பலே பாண்டியா' படத்தில் விஷ்ணு விஷாலை நாடி ஜோசியம் பார்க்க அழைத்துச் செல்லும் அண்ணன் என ஒரு ஓரமாய் வந்து, கூட்டம் கும்பலில் தலையைக் காட்டிவிட்டுப் போன விஜய்சேதுபதிக்கு, சின்னத்திரையில் முகம் தெரிய வைத்தார், இயக்குநர் சி.ஜே.பாஸ்கர்.

‘சித்தி’ நெடுந்தொடர் மூலம் பிரபலமான இயக்குனர் சி.ஜே. பாஸ்கர் அடுத்ததாக இயக்கிய ‘பெண்’ என்கிற தொலைக்காட்சித் தொடரில் சீதாவின் மகனாக, விஜய்சேதுபதியை நடிக்க வைத்தார். பிறகு, இயக்குநர் பாலு மகேந்திராவை சந்தித்து சான்ஸ் கேட்டார். “உன்னோட கண்ணுல ஒரு பவர் தெரியுது” என்று சொல்லி, விஜய்சேதுபதியை போட்டோ எடுத்த பாலு மகேந்திரா, “படம் ஆரம்பிக்கும்போது கூப்பிடறேன்” எனச் சொல்லி அனுப்பிவிட்டார்.

இயக்குநர் பாலுமகேந்திரா, “உன்னோட கண்ணுல ஒரு பவர் தெரியுது” என்று சொல்லி, போட்டோ எடுத்தது, விஜய்சேதுபதிக்குள் பெரிய நம்பிக்கையை விதைத்தது.

பாலு மகேந்திராவின் சந்திப்புக்குப் பிறகு தன் முயற்சியை இன்னும் வேகப்படுத்தினார் விஜய்சேதுபதி.

தீவிரமான முயற்சிக்குப் பிறகு ஒரு படத்தில் ஹீரோவாக நடிக்க சான்ஸ் கிடைத்தது. ஆபீஸ் போட்டு, ஆர்டிஸ்ட் செலக்‌ஷன் எல்லாம் முடிந்து, சூட்டிங்குக்கு ஆயத்தமாகி, பட வேலைகள் விறு விறுப்பாக நடந்தன.

அந்தப் படத்துக்கு கேமராமேனாக வேலை செய்ய வந்தவரிடம், “இவர்தான் நம்ம படத்துக்கு ஹீரோ” என்று இயக்குநர் அறிமுகப்படுத்த, விஜய்சேதுபதியை ஏளனமாகப் பார்த்த அந்த கேமராமேன், “கறுப்பா இருந்தாப் போதும், ஹீரோ ஆகிடலாம்னு வந்துட்டியா? நீயெல்லாம் ஹீரோ ஆகவே முடியாது!” என முகத்தில் அறைந்த மாதிரி சொன்னார்.

உடனே, 'உன் கண்ணு முன்னாடி நான் ஹீரோவாகிக் காட்டுறேன்' எனச் சபதம் போடாமல், அந்த அவமானத்தைப் பொறுத்துக் கொண்டார்! பிறகு, அந்தப் படம் ஆரம்பிக்கவே இல்லை.

காலம் கனியட்டும் என்று விஜய்சேதுபதியும், 'மகன் எப்போ ஹீரோ ஆவான்' எனத் தந்தையும் ஆவலோடு காத்திருந்தனர்.

■■

5

ஹீரோ புரோமோசன்

சிவாஜி கணேசனுக்கு முதல் படத்திலேயே ஹீரோவாகும் அதிர்ஷ்டம் அடித்தது. ஆனால், தனது 16-வது படத்தில்தான் எம்.ஜி.ஆர். ஹீரோவானார். அதுவரை, கொஞ்சம்கூட சோர்ந்து போகாமல் சிறுசிறு வேடங்களில் வந்து தலையைக் காட்டிவிட்டுப் போகும் துணை நடிகராகவும், பிறகு வில்லனாகவும் வந்து, கடைசியாக தன் இலக்கை அடைந்தார் எம்.ஜி.ஆர்.

எம்.ஜி.ஆரைப் போலவே, ஒரு பெரிய போராட்டத்துக்குப் பிறகே விஜய்சேதுபதிக்கு ஹீரோ சிம்மாசனம் கிடைத்தது. பல படங்களில் துணை நடிகராக, சிறிய வேடத்தில் வந்து போன விஜய்சேதுபதி, கிட்டதட்ட 10 வருடப் போராட்டத் துக்குப் பிறகு 'தென்மேற்குப் பருவக்காற்று' படத்தில்தான் ஹீரோவாக புரொமோஷன்.

எதையாவது சாதிக்கத் துடிக்கும் வேகத்துடன், கூத்துப்பட்டறையில் சேர்ந்து, அங்கே கணக்காளராக

விஜய்சேதுபதி வென்ற கதை | 27

வேலை செய்தபடியே நடிப்புப் பயிற்சி எடுத்துக் கொண்டு, பல குறும்படங்களில் நடித்து, ஒரு ஹீரோவுக்கான தகுதி இருந்தும், துண்டு துக்கடா வேடங்களில் நடித்ததற்காக விஜய்சேதுபதி வேதனைப் பட்டதே கிடையாது! அந்தச் சிறிய வாய்ப்புகள் அத்தனையும் தன்னை கலைக் கோவிலுக்குள் கொண்டு செல்லும் படிக்கட்டுகளாகவே கருதினார்.

பல படங்களில் துணை நடிகராக வந்து போன விஜய்சேதுபதி, சினிமாவில் ஹீரோ சிம்மாசனத்தைப் பிடிக்க அவருக்கு 10 ஆண்டுகள் தேவைப்பட்டன. அந்த அற்புதமான தருணத்துக்காகக் காத்திருந்தார்.

சீனுராமசாமி முதல் முதலாக இயக்கிய 'கூடல் நகர்' படம் சரியாகப் போகாததால், நீண்ட போராட்டத்துக்குப் பிறகு ஒரு தயாரிப்பாளரைத் தேடிப் பிடித்து, மூன்று மாதங்களாக ஸ்கிரிப்ட் ரெடி செய்து, ஹீரோ கிடைக்காமல் தவித்துப் போனார்.

வசுந்தரா நாயகியாகவும், சரண்யா பொன்வண்ணனை நாயகனின் அம்மாவாகவும் நடிக்கவைக்க முடிவானது. ஆனால், ஹீரோ மட்டும் முடிவாகாமலே இருந்தது. இயக்குநர், சில முன்னணி ஹீரோக்களை 'அப்ரோச்' பண்ணினார். ஆனால், யாருமே 'செட்' ஆகவில்லை!

கதைப்படி ஹீரோ, தேனிப் பக்கத்தில் ஆடு மேய்க்கும் ஒரு இளைஞன். அந்த மண்ணின் மைந்தனை வலைவீசித் தேடினார்.

இந்தச் சூழ்நிலையில், நடிகர் அருள்தாஸ், ஒரு இளைஞனோடு வந்து, "இந்த தம்பி, குறும்படங்களில் நடிச்சிருக்காப்ல, கூத்துப்பட்டறையிலும் இருந்திருக் காப்ல, ஒன்னோட்ட கதைக்குப் பொருத்தமா இருந்தா பயன்படுத்திக்கோ!" என்றார்.

அந்த இளைஞனின் முகத்தைப் பார்த்த இயக்குநர் சீனுராமசாமிக்கு பரம திருப்தி! மேக் அப் டெஸ்ட் எடுத்துப் பார்த்ததும், தான் தேடிக் கொண்டிருக்கும் மண்ணின் மைந்தன் கிடைத்துவிட்டதாகக் கருதினார்.

இப்படித்தான் 'தென்மேற்குப் பருவக்காற்று' பட சான்ஸ், விஜய் சேதுபதிக்குக் கிடைத்தது. ஹீரோ கனவுடன் காத்திருந்த விஜய்சேதுபதி, அதற்கான சான்ஸ் வந்ததும் அதைக் கெட்டியாகப் பிடித்துக் கொண்டார்.

சீனுராமசாமியின் இயக்கத்தில், ஹீரோவாக அறிமுகமான 'தென்மேற்குப் பருவக்காற்று' படத்தில் விஜய்சேதுபதிக்கு, கிராமத்தில் ஆடுமேய்க்கும் முருகன் என்கிற மிகச் சாமானியன் வேடம். எண்ணெய்

வழியும் முகம், தலைவாராத பரட்டை முடி, கசங்கலான சட்டை, நைந்து போன நாலு முழம் வேட்டி, வெள்ளந்தியான பேச்சு... என அச்சு அசலான கிராமத்து இளைஞனாகவே மாறிய விஜய்சேதுபதி, அந்த முருகன் கதாபாத்திரத்துக்குத் தன்னையே ஒப்புக் கொடுத்திருந்தார். வெள்ளந்தியான கிராமத்து இளைஞனின் பாசாங்கு இல்லாத அன்பை, கூச்ச சுபாவத்தை, கரிசல் மண்ணின் அசலான முகத்தை அப்படியே பிரதிபலித்தார்.

மகன் ஹீரோவாக ஆகும் அந்த நாளுக்காக ஆவலோடு காத்திருந்த தந்தை, விஜய்சேதுபதி ஹீரோவாக நடித்த படத்தைப் பார்க்காமலேயே கண்ணை மூடினார்! அவரின் முதல் வருட நினைவு நாளில்தான் 'தென்மேற்குப் பருவக்காற்று' படம் ரிலீஸ் ஆனது.

விஜய்சேதுபதி ஹீரோவாக நடித்த முதல் படமே சிறந்த படத்துக்கான தேசிய விருதை வென்றது. ஆனால் அது, விஜய்சேதுபதியின் சினிமா கேரியரில் எந்த மாற்றத்தையும் ஏற்படுத்தவில்லை!

இந்தச் சமயத்தில் அவர் முன்பே வில்லனாக நடிக்க ஒப்பந்தமான 'சுந்தரபாண்டியன்' படம் ரிலீஸ் ஆனது. அதில் சசிகுமாருடன் மோதும் வில்லன் நடிப்புக்கு நல்ல வரவேற்பு இருந்தது. ஜெகன் என்கிற கேரக்டரில் சில சீன்களே வந்து மிரட்டலான நடிப்பைக் காட்டிய விஜய்சேதுபதி, அந்த ஆண்டின் சிறந்த வில்லன் நடிகருக்கான தமிழக அரசின் விருதைப் பெற்றார்.

■■

6

சினிமாவுக்கு வந்த குறும்பட குரூப்ஸ்

தன்னைத் தொடர்ந்து பட்டை தீட்டிக்கொண்டே வந்த விஜய்சேதுபதி, படத்துக்குப் படம் ஒவ்வொரு நுணுக்கங்களையும் கற்றார்.

ஒரு பாலசந்தரோ, பாரதிராஜாவோ விஜய் சேதுபதிக்கு வாய்க்கவில்லை. கிடைத்ததெல்லாம் குறும்பட இயக்குநர்கள்தான்.

சினிமாவில் விஜய்சேதுபதி வளர்ந்து வரும் சமயத்தில்தான் அவருக்கு ஏற்கனவே அறிமுகமான 'குறும்பட குரூப்ஸ்' நண்பர்கள், சினிமா உலகத்துக்குள் ஒவ்வொருவராக அடியெடுத்து வைக்க ஆரம்பித்தனர்.

குறும்பட நண்பரான கார்த்திக்சுப்புராஜ், ரொமாண்டிக் திரில்லர் பேனரில் உருவாக்கிய 'பீட்சா' படத்தில் விஜய்சேதுபதி ஹீரோவாக நடித்தார். ஒற்றை டார்ச் லைட்டுடன், ஆள் அரவமற்ற பங்களாவில் பதறி, பயந்து, அலறித்துடித்து ஓடி, நடிப்பின் நுணுக்கங்களைக் காட்டி அசத்தினார்.

ரொமாண்டிக் திரில்லர் பின்னணியில் இருந்த 'பீட்சா' திரைப்படம், வழக்கமான பேய்ப் படங்களின் டெம்ப்ளேட்டிலிருந்து கொஞ்சம் மாறுபட்டு புது விதமான பேய்ப் படமாக இருந்ததால், அந்தப் படத்தை ரசிகர்கள் கொண்டாடினார்கள். இந்தப் படத்தின் மூலமாக கமர்ஷியல் ரீதியாகவும், விமர்சன ரீதியாகவும் முதல் வெற்றியைச் சுவைத்தார் விஜய்சேதுபதி.

அடுத்து, பாலாஜி தரணிதரன் சினிமாவுக்குள் வந்தார். 'நாளைய இயக்குநர்' நிகழ்ச்சியில், ரசிகர்களின் வரவேற்புடன், விருதையும் பெற்ற 'நடுவுல கொஞ்சம் பக்கத்தக் காணோம்' கதையை, கொஞ்சம் டெவலப் செய்து, அதேபெயரில் திரைப்படமாக எடுத்தார். அதில் விஜய்சேதுபதி நடித்தார். இந்தப் படத்தில் வேறு யார்

நடித்திருந்தாலும் இப்படி ஸ்கோர் செய்திருக்க முடியுமா என்று சொல்லும் அளவுக்கு நடிப்பில் பிரமாதப் படுத்தினார்!

"என்னாச்சு?', 'ப் ப் பா..!', 'மெடுலா ஆப்லங் கேட்டா'... இதுதான் படத்தில் விஜய்சேதுபதிக்கு கொடுக்கப்பட்ட மொத்த வசனம். இதை மாறுபட்ட மாடுலேசனில் திரும்பத் திரும்ப பேச, விஜய்சேதுபதி யின் இந்த மாடுலேசன் பாணியை ரசிகர்கள், விரும்பி ரசித்து சிரித்தார்கள். ஆகவே அது, ட்ரெண்டிங்காக மாறியது.

தலையில் அடிபட்டதும் அவர் மறுபடி மறுபடி பேசும் அந்த குட்டியான வசனம், ஒரு கட்டத்தில் வெறும் 'என்னாச்சி..?' என்று சுருங்கியது.

படம் வந்தபிறகு 'என்னாச்சி' என்று, சக நண்பன் யாராவது கேட்கும்போது அதில் விஜய்சேதுபதியின்

முகம் வந்துபோனது. அங்கேதான் ஒரு நடிகனாக அவரின் வெற்றிச் சரித்திரம் ஆரம்பித்தது. 'என்னாச்சு..?' என்கிற ஒற்றை டயலாக் பேசி, ஸ்கோர் செய்த விஜய்சேதுபதியின் பக்கம் மெல்ல அதிர்ஷ்டக் காற்று வீசத் தொடங்கியது.

தமிழ் சினிமாவுக்கு எனச் சில எழுதப்படாத விதிகள் உள்ளன. இரண்டு படங்கள் தொடர்ந்து நன்றாக ஓடினால், மூன்றாவது படம் ஒரு ஆக்ஷன் மாஸ் ஹீரோ படமாக இருக்கும். இதை அந்த நாயகன் தேர்ந்தெடுக்கிறாரோ இல்லையோ, தயாரிப்பாளர்களும், இயக்குநர்களும் முடிவு செய்துவிடுவார்கள். அதிலிருந்து தப்பித்த நாயகர்கள் மிகக் குறைவு. விஜய்சேதுபதி, அதில் முக்கியமானவர்.

விஜய்சேதுபதியை குறும்படத்தில் இயக்கிய நலன்குமாரசாமி 'சூது கவ்வும்' என்கிற ஆக்ஷன் கதையோடு வந்தார். ரொம்பவும் தயக்கத்தோடுதான் அவர், விஜய்சேதுபதியை அணுகினார்.

காரணம், அதுவொரு ஆக்ஷன் கதை, இதில் 45 வயதுள்ள கதாபாத்திரத்தில் நடிக்க வேண்டும். அதை விஜய்சேதுபதி ஏற்பாரா என்கிற தயக்கம் இருந்தது!

ஆனால், அந்தக் கதையில் நடிக்க முன்வந்தார் விஜய்சேதுபதி. 'எல்லா இடத்திலும் மொக்கை வாங்கும் ஒரு கடத்தல்காரன்' என்கிற கேரக்டரில் இருந்த வித்தியாசம் விஜய்சேதுபதியை இம்ப்ரெஸ் செய்தது.

அதற்காக ஒரே மாதத்தில் நரை முடி, தாடியுடன் வந்து இயக்குநர் முன் நின்றார். அதைப் பார்த்து

அசந்து போன நலன் குமாரசாமி, அந்தத் தோற்றத்தில் திருப்தி அடைந்து, நம்பிக்கையுடன் களத்தில் இறங்கினார்.

கத்தி, துப்பாக்கியோடு வந்து உருட்டி, மிரட்டும் வழக்கமான தாதா மாதிரி இல்லாமல், நரைமுடி, தாடி, கூலிங்கிளாஸ் சகிதமாக கெத்தாக காரில் வந்து, வங்கி மேலாளரின் மகளைக் கடத்திவிட்டு, "இதனால பட்ஜெட்டுக்குப் பாதகமில்லையே,. சமாளிச்சுடு வீங்கல?" என்று கேட்கும் ஹைடெக் தாதாவாக வலம் வந்த விஜய்சேதுபதியை, ரசிகர்கள் ஆரவாரத்தோடு ரசித்தார்கள்.

வளர்ந்து வரும் நட்சத்திரமாக இருந்த விஜய்சேதுபதி, முதல் இரண்டு படத்தில் தாடி இல்லாமல் இளமையான தோற்றத்தில் நடித்துவிட்டு, அதையெல்லாம் பொருட்படுத்தாமல், கேரக்டருக்காக எந்தளவு வேண்டுமானாலும் இறங்கிப் போகும்

கலைஞனாக, நரை முடியுடன் திரியும் நடுத்தர வயது மனிதராகவும், நாயகிகூட கற்பனையில் மட்டுமே வருபவளாகவும் இருந்த கதையில், இமேஜ் பார்க்காமல் நடித்தார். இதனால் விஜய்சேதுபதியை, இந்தப் படம் ரசிகர்களிடம் மிகவும் நெருக்கமாகக் கொண்டு போனது.

■ ■

7

நட்புக்கு மரியாதை

திரையுலக வாழ்க்கையில் திட்டமிடலோ, எதிர்பார்ப்புகளோ இல்லாமல் பயணம் செய்துவரும் விஜய்சேதுபதி, நட்புக்கு மரியாதை கொடுப்பவர். நண்பர்களை ரொம்பவும் நேசிப்பவர்.

பள்ளியில் தன்னுடன் படித்த உயிர்த் தோழன் சூர்யா பதினோராம் வகுப்பு படிக்கும்போது இறந்து போனார். அவரது நினைவாக தன் மகனுக்கு சூர்யா என்று பெயர் சூட்டியிருக்கிறார்.

அதேபோல, சினிமாவில் முன்னணி நட்சத்திரமாக மாறிய பிறகும் நண்பர்களை அவர் மறக்கவே இல்லை. நண்பர்களுக்காக சில படங்களில் நடித்துக் கொடுத்தார். ஆனால் அவர், நட்புக்காக நடித்துக் கொடுத்த அந்தப் படங்கள் ரசிகர்களை ரொம்பவும் சோதித்தன.

பாலகிருஷ்ணன் இயக்கிய 'ரம்மி' படத்தில் இமான் இசையில், யுகபாரதி எழுதிய 'கூடை மேல

கூடை வெச்சு' பாடல் மட்டும் ஹிட் ஆனது. ஆனால், 'ரம்மி' படம் ஆனது டம்மி!

அதேபோல, ஜெய்கிருஷ்ணா இயக்கிய 'வன்மம்', ஜனநாதன் இயக்கத்தில் வந்த 'புறம்போக்கு என்கிற பொதுவுடமை', ரத்னசிவா இயக்கிய 'றெக்க', மணிகண்டன் இயக்கத்தில் வந்த 'ஆண்டவன் கட்டளை', ரஞ்சித் ஜெயக்கொடி இயக்கிய 'புரியாத புதிர்' போன்ற படங்கள் படு மொக்கையாக இருந்தன.

விஜய்சேதுபதி கதை, வசனம் எழுதி, தயாரித்து, அறுபது வயது முதியவராக நடித்த 'ஆரஞ்சு மிட்டாய்' படம் சுருண்டுவிட, நிலைமை கைமீறிப் போனது. இதனால், 'விஜய்சேதுபதி மார்கெட் அவுட்' என கொக்கரிக்கத் தொடங்கியது கோலிவுட் வட்டாரம்!

முதிய தம்பதியின் பேரன்பையும், பெருங் காதலையும், கார் மீதான பாசத்தையும் சொன்ன 'பண்ணையாரும் பத்மினியும்' படத்தின் கதையில் எந்தக் குறையும் சொல்ல முடியாது. 'நல்ல கதை' என விமர்சகர்களின் பாராட்டையும் பெற்ற இந்தப் படத்துக்கு ரசிகர்களிடம் வரவேற்பு இல்லாமல் போனது.

'இதற்குத்தானே ஆசைப்பட்டாய் பாலகுமாரா' படத்தில் சென்னை பாஷையில் பிரித்து மேய்ந்து, அதகளம் செய்தார் விஜய்சேதுபதி. ஆனால், அதில் ஒரு பூரணத்துவம் இல்லாமல் இருந்ததால் படம் சுமாராகவே ஓடியது.

ஆனால், விஜய்சேதுபதிக்கு இந்தப் பாதை எளிமையானதாக இல்லை. இந்தப் பரீட்சார்த்த முயற்சி அவருக்கு எல்லா நேரத்திலும் கை கொடுப்பதில்லை! இதில் இருக்கும் மிகப் பெரிய பிரச்சனையே, குறைந்தபட்சம் விமர்சன ரீதியிலாவது படம் நன்றாக இருக்க வேண்டும். இதைத் தான் நடிக்கும் எல்லாப் படங்களிலும் செய்தே ஆக வேண்டும். இல்லையென்றால், இணையதள விமர்சகன் கழுவிக் கழுவி ஊத்துவான்! நல்லதைக் கொண்டாடும் அதே விமர்சகன்தான், படம் சரியில்லாதபோது சாடவும் செய்கிறான். ரசிகனாகவும், விமர்சகனாகவும் இரட்டை முகத்துடன் இருக்கும் அவனைத் திருப்திப்படுத்துவது அவ்வளவு எளிதல்ல!

■■

8

மாஸ் ஹீரோவாக மாற்றிய படங்கள்

பதுங்கிய புலி மீண்டும் பாயத் தொடங்கியது! அப்போது, அதில் மும்மடங்கு வீரியம் இருந்தது.

உலகம் உள்ளங்கைக்குள் வந்துவிட்ட காலம் இது. இணையப் பயன்பாடு எல்லையில்லாமல் விரிந்து பரந்து கிடக்கிறது. ஃபேஸ்புக், ட்விட்டர் என்று உலகமே உள்ளங்கையில் சுருங்கிக் கிடக்கிறது. வெப் சைட்கள் மூலம் எல்லா உலகப்படமும் சில மணி நேரத்தில் பார்த்து, அதை அக்குவேறு ஆணிவேறாகப் பிரித்து மேயவும் ஆட்கள் இருக்கிறார்கள்.

இதற்கென்றே தனிக் குழுக்களும், பிளாக்கில் எழுதும் எழுத்தாளர்களும் இருக்கின்றனர். அவர்களை ஒட்டுமொத்தமாக விஜய்சேதுபதி கவர்ந்தார். இமேஜ் வட்டத்துக்குள் தன்னை சிக்கவைத்துக் கொள்ளாமல், ஒவ்வொரு அடியையும் அவர் நிதானமாக எடுத்து வைத்தார். இதனால் இளம் தலைமுறையினர், விஜய்சேதுபதியை வாரி அணைத்துக் கொண்டனர்.

'புதுப்பேட்டை' யில் ஒரு முக்கியக் காட்சியில், பாலாசிங்கின் ஆட்களுடன் மோதி, ரத்தக் காயத்துடன் வரும் தனுஷுக்கு டாக்டர் முதலுதவி செய்வார். அப்போது, 'யார் இவன்?' என்று பாலாசிங் கேட்பார். "நா.. போலீஸ் கூட்டிப்போச்சுல்ல, இவனும் மிஸ்டேக்கா மாட்டிக்கிட்டான். போலீஸ் மொத்தி எடுத்துச்சு, சரியான தமாசு" எனச் சின்னதாய் வசனம் பேசுவார் விஜய்சேதுபதி. அதே தனுஷ்தான் பின்னாளில் 'நானும் ரவுடிதான்' படத்தின் தயாரிப்பாளராகி, விஜய் சேதுபதியை கமர்ஷியல் நாயகன் அந்தஸ்துக்கு உயர்த்தினார்.

'ஆரஞ்சு மிட்டா'யில் அறுபது வயதைத் தொடும் முதியவராக நடித்த விஜய்சேதுபதி, 'நானும் ரவுடிதான்'

படத்தில் நயன்தாராவைக் காதலிக்கும் 27 வயது இளைஞனாக மாறி, "ஆர் யூ ஓகே பேபி..?" என்று வசனம் பேச, அது பட்டையைக் கிளப்பியது. "இதான் இதான் இதே ஃபயர்தான் எனக்கு வேணும்..." என ராகுல் தாத்தாவிடம் கேட்ட விஷயத்தை ரசிகர்கள், விஜய் சேதுபதியிடம் கேட்க ஆரம்பித்தார்கள். அதில் இருக்கும் நியாயத்தை ஏற்றுக்கொண்ட விஜய்சேதுபதி, 'மாஸ் ஹீரோ' ஹிட்டுக்கு மாற ஆரம்பித்தார்.

நல்ல படத்தை ஓடவைக்காத ரசிகர்கள் மீதான கோபத்தில் 'பண்ணையாரும் பத்மினியும்' படத்தின் இயக்குநர் அருண்குமாருடன் மீண்டும் கைகோத்து, 'சேதுபதி' என்கிற கமர்ஷியல் படத்தைக் கொடுத்த போது, வழக்கமான போலீஸ் கதை ஃபார்முலாவில் இருந்த அந்தப் படத்தை ரசிகர்கள் கொண்டாடினார்கள்.

ஒரு ஹீரோ முதன் முதலாக போலீஸ் கதாபாத்திரத்தில் நடிக்கும்போது, அவரையும் அறியாமல் அவரது நாடி நரம்பெல்லாம் போலீஸ் ரத்தம் ஓட ஆரம்பித்துவிடும். முறுக்கி விட்ட மீசையும், மிடுக்கான நடையுமாக கண்கள் சிவக்க, நேர்மையை ஒட்டு மொத்த குத்தகைக்கு எடுத்த காவல்துறை அதிகாரியாக வலம் வருவார்.

அந்த மாதிரியான ஹீரோக்களுக்கு மத்தியில், ஒரு என்கௌண்டர் கேசில் சஸ்பெண்ட் ஆன காவல்துறை அதிகாரியாக, தன் பக்கம் இருக்கும் நியாயத்தை நிரூபிக்கப் போராடுபவராக, கொஞ்சம் கூட அலட்டிக்கொள்ளாத உடல்மொழியோடு வலம் வந்த விஜய்சேதுபதி, ரசிகர்களைக் கவர்ந்தார்.

விஜய்சேதுபதி வென்ற கதை

ஒரு வடையை மட்டும் எடுத்துக்கொண்டு போலீஸ் ஸ்டேஷனுக்குள் நுழைந்து, 'ஒரு கதை சொல்லட்டா சார்' என்று 'விக்ரம் வேதா'வில் இன்ட்ரோ கொடுத்து அசர வைத்தார். இந்தப் படம் விஜய்சேதுபதியை 'மாஸ் ஹீரோ'வாக மாற்றியது.

'றெக்க' படத்தில் அவ்வளவு சண்டை போட்டும் கிடைக்காத ஆக்ஷன் ஹீரோ இமேஜ், 'விக்ரம் வேதா'வில் வயதான கேங்ஸ்டராக நடித்தபோது கிடைத்தது. திருடன், போலீஸ் விளையாட்டை மையமாகக் கொண்ட 'விக்ரம் வேதா' படத்தில் அவர் ஏற்று நடித்த வேதாளம் கேரக்டர் விஜய் சேதுபதிக்கு, ரசிகர்களிடம் செம வரவேற்பைப் பெற்றுக் கொடுத்தது.

துணை நடிகனாக இருந்த விஜய்சேதுபதியை, 'தென்மேற்குப் பருவக்காற்று' படத்தில் ஹீரோ

சிம்மாசனத்தில் அமர்த்தி அழகு பார்த்த இயக்குநர் சீனுராமசாமியின் இயக்கத்தில் வந்த 'தர்மதுரை' படம் விஜய்சேதுபதியை, பட்டிதொட்டியெங்கும் கொண்டு சென்றது.

டிஆர்பி- ரேட்டிங்கை ஏற்றுவதற்காக தனியார் சேனல்கள் செய்யும் தகிடுதத்தங்களை, உள்ளுக்குளே நடக்கும் கோல்மால்களை வெளிச்சம் போட்டுக் காட்டி, கமர்ஷியல் பேக்கேஜ் ஆக வெளிவந்த 'கவண்' படமும் விஜய்சேதுபதியின் மார்க்கெட்டை மளமளவென உயர்த்தியது.

■■

9

மார்க்கெட்டை மீட்டெடுத்த '96'

குழந்தைகள், சிரமப்பட்டு ஆசை ஆசையாகக் கட்டிய மணல் வீட்டை, திடீரென வரும் பேரலை கலைத்து விடுவதைப் போல சில தோல்விப் படங்கள் வந்து, விஜய்சேதுபதி கடினமாக உழைத்து கஷ்டப்பட்டு கட்டிய கோட்டையை மளமளவென சரிய வைத்தன.

அதிரடி ஹீரோவாக 'பில்ட் அப்' காட்டிய 'றெக்க', கிராமத்து முரட்டுக் காளையாக வந்து முட்டித் தூக்கிய 'கருப்பன்', மலைவாசிகளின் தலைவனாக வந்து சலிப்படைய வைத்த 'ஒரு நல்ல நாள் பாத்து சொல்றேன்', காமெடி ரௌடியாக வந்து வெறுப்பேத்திய 'ஜுங்கா', நயன்தாராவுக்காக கெஸ்ட் ரோலில் நடித்த 'இமைக்கா நொடிகள்' போன்ற படங்களின் தொடர் தோல்வியால், விஜய்சேதுபதியின் 'கேரியர் கிராஃப்' மறுபடியும் சரிவை நோக்கிச் சென்றது.

ஆகவே, உடனடியாக ஒரு ஹிட் படம் கொடுத்தே தீரவேண்டிய கட்டாயத்துக்கு

தள்ளப்பட்டார் விஜய்சேதுபதி. இந்தச் சூழ்நிலையில் தான், '96' படம் வந்து, அதளபாதாளத்தை நோக்கிச் சென்ற விஜய்சேதுபதியின் மார்க்கெட்டை மீட்டெடுத்து, அவரைத் தூக்கி நிறுத்தியது.

நடுத்தர வயதில் இருக்கும் ஒவ்வொருவருக்கும் தன் பள்ளிப் பருவத்தை, கை கூடிவராத அந்த பழைய காதல் உணர்வை, கண்முன்னே காட்டியது '96' திரைப்படம்.

இதில் திருமணம் ஆகாத காதலனின் அவஸ்தையை, அன்பை, தனிமையை அப்படியே நகல் எடுத்துக் கடத்தினார், விஜய்சேதுபதி. ஆழ்கடலின் அமைதியைப்போல, ஆழ்மனதில் படிந்து கிடக்கும்

சோகங்களை, மகிழ்ச்சியைப் பகிரத் துடிக்கும் வெள்ளந்தி மனிதனாகவே அவர் வாழ்ந்திருந்தார்.

'96' படத்தில் வரும் ராமச்சந்திரன் - ஜானகி தேவி இந்த இரண்டு பெயர்களும், அந்தக் கதாபாத்திரங்கள் வடிவமைக்கப்பட்டிருந்த விதமும் ராமாயாணத்தை ஒட்டியே இருந்தன என்று சொல்லலாம்.

ராமச்சந்திரன் என்பது ராமனின் பெயர், ஜானகி தேவி என்பது சீதையின் பெயர். மனைவிக்குக் கொடுத்த வாக்கைக் காப்பாற்றுவதற்காக மகனைக் கானகத்துக்கு அனுப்புகிறார் தந்தை. அதுபோல, இந்தப் படத்தில், வாங்கிய பணத்தைத் திரும்பக் கொடுக்க முடியாத தந்தை, மகனை வேறு ஊருக்கு அழைத்துச் செல்கிறார்.

சீதை, ராமனுக்காகவும், ஜானு, ராமுக்காகவும் காத்துக் கொண்டிருந்தனர்.

ராமனுக்காகக் காத்திருப்பதை சீதை தெரிவிக்கிறாள். ராம் எப்போது வருவான், தன்னை அழைத்துச் செல்லமாட்டானா?' என்கிற ஏக்கத்தை தனக்குத் திருமணமாகும் நொடி வரை வைத்திருக்கிறாள் ஜானு.

ராமனின் வரவுக்காகக் காத்திருக்கும் சீதையை சந்திக்க, அனுமனை தூதாக அனுப்புகிறான் ராமன். இங்கே, மகளிர் கல்லூரியில் படிக்கும் ஜானுவை சந்திக்க இயலாத சூழலில், வசந்தி என்ற பெண்ணை தூதாக அனுப்புகிறான் ராம்.

சீதை சந்தர்ப்ப சூழ்நிலையால் மாற்றானின் இடத்துக்கு (இலங்கை) விருப்பம் இல்லாமல்

இடம்பெயர்கிறாள். ஜானு, சந்தர்ப்பச் சூழ்நிலையால் திருமணத்துக்குப் பிறகு சிங்கப்பூருக்கு இடம் பெயர்கிறாள்.

சீதை - ஜானு இருவரும் இடப்பெயர்ச்சி அடைந்தாலும் அவர்களின் மனதில் ராமன் - ராம் மீதான தீராக் காதல் இருக்கிறது.

சீதை - ராமனின் காதல் வலுவாக இருந்து, ராமாயணத்தின் இறுதியில் இணைகிறார்கள். ஆனால் '96' படத்தில், ஜானகிதேவி - ராமச்சந்திரனின் காதல் வலுவாக இருந்தும் இணையாமலே போகிறார்கள்.

காதல் தந்த அந்த வலிதான் படத்துக்கு வலிமை சேர்த்தது. ஆகவே, '96' அழகான காதல் படமாக, அரிதான காதல் படமாக ரசிகர்களால் கொண்டாடப் பட்டது.

நடுத்தர வயதில் இருக்கும் ஒரு ஆணுக்கும், பெண்ணுக்குமான பழைய காதல், நண்பர்களின் சந்திப்பில் மீட்டெடுக்கப்படுவதை ஒரு அழகான காதல் கவிதை போல காட்சிப் படுத்தியிருந்தார் இயக்குநர் பிரேம்குமார்.

ராம் - ஜானு இருவரும் காதலிக்கும் போதோ, நடுத்தர வயதில் தனி அறையில் சந்திக்கும்போதோ இருவருக்கும் நடுவே எந்தவிதமான சலனமோ, சஞ்சலமோ ஏற்படாதபடி, மிகவும் கவனமாக காட்சிகள் அமைக்கப்பட்டிருக்கும். "இந்தக் காலத்தில் இப்படியொரு காதலர்களா?" என்கிற ஆச்சரியத்தைக் கொடுத்து, சிறந்த காதல் படங்களின் வரிசையில் வந்து சேர்ந்தது.

'96' படம் சூப்பர் ஹிட் ஆகி, விஜய்சேதுபதி மீது இருந்த விமர்சனங்கள் அத்தனையையும் அடித்து நொறுக்கி, மறுபடியும் அவரை மாஸ் ஹீரோவாக மாற்றியது.

∎∎

10

நாடகக் கலைஞனாகவே வாழ்ந்த 'சீதக்காதி

வளர்ந்து வரும் ஒரு கலைஞன், அதிலும் ரசிகர் படை கொண்ட ஒரு நட்சத்திரம் படத்தில் காட்சிக்குக் காட்சி, ஃபிரேமுக்கு ஃபிரேம் தான் மட்டுமே இருக்க வேண்டும் என்றே கருதுவார். அதிலும் அவரின் 'லேண்ட் மார்க்'காக இருக்கப் போகும் 25-வது படம் என்றால், படத்தை பிரபலமான இயக்குநரின் கையில் கொடுத்து, அதை 'கமர்ஷில் பேக்கேஜ்' ஆக எடுக்கவே நினைப்பார். ஆனால், இதிலும் விதிவிலக்காகவே இருக்கிறார் விஜய்சேதுபதி.

அவரின் 25- வது படமாக 'சீதக்காதி' படம் வெளிவந்தது. 'நடுவுல கொஞ்சம் பக்கத்தக் காணோம்' படம் வாயிலாக திரை உலகில் தனக்கு நல்லதொரு பாதையைப் போட்டுக் கொடுத்த பாலாஜி தரணிதரன் இயக்கத்தில், நலிவடைந்த ஒரு நாடகக் கலைஞனின் வாழ்க்கையைச் சொல்லும் 'சீதக்காதி' படத்தில் 75 வயது முதியவராக, மாறுபட்ட தோற்றத்தில், அய்யா

விஜய்சேதுபதி வென்ற கதை

ஆதிமூலம் என்கிற தோற்றுப் போன ஒரு நாடகக் கலைஞன் கதாபாத்திரம் ஏற்று நடித்தார்.

50 வருடங்களுக்கும் மேலாக மேடை நாடகங்களில் நடித்து வரும் அய்யா ஆதிமூலம், ஒருநாள் மேடையில் நடித்துக் கொண்டிருக்கும் போதே திடீரென மயங்கிவிழுந்து இறந்துபோகிறார். அதன்பின் அவரது ஆன்மா அவரது நாடகக் குழுவின் உறுப்பினர்கள் மூலமாக நடிக்கத் துவங்குகிறது. பின்னர், அவரது ஆன்மாவை சினிமாவில் நடிக்க வைக்கின்றனர். நாடக மேடையில் கிடைக்காத புகழும், பணமும் கிடைக்கிறது.

இப்படியொரு புதுமையான கதைக்களத்தில் இருந்த இந்தப் படத்தில் அய்யா ஆதிமூலமாக நடித்த விஜய்சேதுபதிக்கு, சிறிய ரோல்தான், அரைமணி நேரம் மட்டுமே தோன்றுவார். பிறகு விஜய்சேதுபதியின் ஆன்மா நடிக்கிறது, சூப்பர்ஸ்டார் ஆகிறது!

படத்தின் மிகப்பெரிய பலம், 75 வயது முதியவராக வரும் விஜய் சேதுபதியின் நடிப்பு. தனக்குக் கொடுக்கப்பட்ட மிகப்பெரிய சுமையை எளிதாகக் கொண்டு சென்றார், விஜய்சேதுபதி.

கலைத்தாகம் கொண்ட கலைஞனான விஜய்சேதுபதி, தனது 25-வது படத்தைப் பரிசோதனை முயற்சியாக செய்தபோது அதற்கு மக்களிடத்தில் போதிய வரவேற்பு இல்லாமல் போனது. அந்தப் படம் தோற்றுப் போய், வசூலில் திருப்தி இல்லாமல் போனாலும், ஒரு கலைஞனாக அவர் பரம திருப்தி அடைந்தார்.

'சீதக்காதி'யில் வரும் அய்யா ஆதிமூலம் கேரக்டரில் நடிக்கத் தயாரானதும், அவரின் மனைவி, குழந்தைகளை ஷூட்டிங் ஸ்பாட்டுக்கு வரவழைத்து 'பேமிலி போட்டோ' எடுத்துக் கொண்டார். அவரை, 75 வயது முதியவராகப் பார்த்த குடும்பத்தினர் 'சூப்பரா இருக்கு' என்று குதூகலித்தனர். ஆகவே, அந்த போட்டோவை ஃபிரேம் போட்டு தனது இல்லத்திலும் மாட்டி வைத்துக் கொண்டார்.

■■

11

திருநங்கையாக மாறிய 'சூப்பர் டீலக்ஸ்'

தமிழ் சினிமாவில் யதார்த்தத்தின் வார்ப்பை, அசல் கலைஞனின் பாவனைகளை அப்படியே பிரதியெடுத்துத் தரும் ஆற்றல் படைத்த கலைஞன் விஜய்சேதுபதி. 'நடிப்பு என்பது, அதை மறக்கடிக்கச் செய்வதே' என்பதைக் கதாபாத்திரங்களின் மூலம் நிரூபித்துக் கொண்டிருக்கிறார். அதனால்தான் ஒரே ஆண்டில் ஏழெட்டுப் படங்கள் என்றாலும் சலிக்காமல் அவரால் நடிக்க முடிகிறது.

வசூலை அள்ளிக் கொடுக்கும் கமர்ஷியல் சினிமா, பரிசோதனை முயற்சிகளில் இறங்கும் கலாபூர்வமான சினிமா என்று இரண்டு பேனரிலும் ஈடுபட முடிகிறது. பொருத்தமான கதாபாத்திரங்கள் கிடைத்துவிட்டால் நடிகர்கள் விஸ்வரூபம் எடுத்துவிடுவார்கள் என்பதற்கான நிகழ்கால சாட்சியாக இருக்கிறார் விஜய்சேதுபதி.

சினிமா வட்டாரத்தில் அடிக்கடி புழங்கும் வார்த்தை, 'வித்தியாசம்'! நடிப்பில் வித்தியாசம் என்பது மாறுவேடப் போட்டிக்குப் போவதைப் போல மேக்கப்புகளை அப்பிக்கொண்டு, தோற்றத்தை மாற்றிக் கொண்டு வலம் வருவது அல்ல! கதாபாத்திரங்களுக்கு ஏற்ப தன் உடல் மொழிகளையும், உணர்வுகளையும் கச்சிதமாக வெளிப்படுத்துவதே வித்தியாசமான நடிப்பு! அதை உணர்ந்த கலைஞனாக இருக்கிறார் விஜய் சேதுபதி.

இயக்குநர்களின் நடிகராக, நண்பராக இருப்பதையே பெரிதும் விரும்பும் விஜய்சேதுபதி, 'இமேஜ்' பற்றி துளியும் கவலைப்படாமல் 'சூப்பர் டீலக்ஸ்' படத்தில் திருநங்கையாக நடித்தார்.

காயத்ரியைத் திருமணம் செய்துகொண்ட விஜய்சேதுபதி, காயத்ரிக்குக் குழந்தை பிறந்த நிலையில்

விஜய்சேதுபதி வென்ற கதை

வீட்டை விட்டுச் சென்றுவிடுகிறார். சில வருடங் களுக்குப் பிறகு தனது மகனைப் பார்க்க மீண்டும் சென்னை வருகிறார். விஜய்சேதுபதியை வரவேற்க அவர்களது மொத்த குடும்பமும் ஆவலோடு காத்திருக்கிறார்கள். அவர் திருநங்கையாக வந்து நிற்க, எல்லோருக்கும் பேரதிர்ச்சி.

மறுபக்கம், பகத்பாசில் - சமந்தா இருவரும் கணவன், மனைவி. இருவருக்கும் நடுவே பெரிதாக புரிதல் இல்லை. ஒருநாள் சமந்தாவைத் தேடி வீட்டுக்கு வரும் சமந்தாவின் நண்பர் அங்கு மர்மமான முறையில் இறந்துவிடுகிறார்.

இன்னொரு பக்கம், ரம்யாகிருஷ்ணன் - மிஷ்கின் தம்பதிக்கு ஒரு மகன். அவனுக்கு நான்கு நண்பர்கள். பதின் பருவத்தில் இருக்கும் அவர்கள் ஜாலி மூடில் ஒரு 'பலான' படம் பார்க்கிறார்கள். அதில் ரம்யா கிருஷ்ணன் நடித்திருக்கிறார்! நண்பர்கள் அதிர்ச்சியாகின்றனர்.

இந்த மூன்று சம்பவங்களில் இடம்பெறும் கதாபாத்திரங்கள், போலீஸ் அதிகாரியான பகவதி பெருமாளுடன் ஒரு புள்ளியில் இணைகிறார்கள்.

கடைசியில், விஜய்சேதுபதி குடும்பத்தின் நிலை என்ன? பகத் பாசில் - சமந்தா எப்படி தப்பித்தார்கள்? ரம்யாகிருஷ்ணன் குடும்பத்தில் ஏற்பட்ட மாற்றம் என்ன? என்பதே கதை.

நான்கு கதைகள், நான்கு களங்கள், பல வித்தியாசங்கள்... எனத் திரைக்கதை சுவை கூட்டியது.

படத்தில் கடவுள் பக்தி, கணவன் - மனைவி புரிதல், திருநங்கைகளின் குடும்பம், பாலியல்தொழில் செய்பவர்களின் வாழ்க்கை, சாதி, மதம்.. என்பதுபோன்ற பல விஷயங்களைத் திரைக்கதையாக கோர்த்திருந்தார் இயக்குநர், தியாகராஜன் குமாரராஜா.

'மாஸ் ஹீரோ' என்கிற இமேஜைத் தூக்கி எறிந்துவிட்டு, ஷில்பா என்ற கதாபாத்திரத்தில் திருநங்கையாக, அவர்களது உணர்வையும், வலியையும் உணர வைக்கும்படி நடித்திருந்தார் விஜய்சேதுபதி. போலீசிடம் சிக்கிக் கொள்ளும் காட்சிகள், மகனிடம் காட்டும் பாசம், மனைவியின் வலியைப் புரிந்து கொள்வது என தன்னை அந்தக் கதாபாத்திரமாகவே மாற்றியிருந்தார். சின்னச் சின்ன உணர்வுகளைக் கூட தனது நடிப்பால் ஸ்கோர் செய்தார்.

பல படங்களில், பல வித்தியாசமான வேடங்களை ஏற்றிருக்கும் விஜய்சேதுபதி, அதில் சில படங்களில் பாத்திரங்களைத் தாண்டி விஜய்சேதுபதியே தெரிவார். ஆனால் இங்கே விஜய்சேதுபதியை மறந்து, ஷில்பாவே கண்முன்னால் காட்சி தந்தார்.

காவல் நிலையத்தில் ஷில்பாவுக்கு நேரும் அந்தக் கொடுமை, இதுவரை தமிழ் சினிமா வரலாற்றில் எந்த நாயகனும் நடிக்கத் துணியாத காட்சி!

திருநங்கைகள், சமூகத்தில் மட்டுமல்லாமல் தங்களின் குடும்பத்தாராலேயே நிராகரிக்கப் படுகிறார்கள். ஒட்டுமொத்த சமூகமே நிராகரிக்கப்படும் போது, அவர்களுக்கு ஏற்படும் மனவலியை, வேதனையை இதில் வரும் ஷில்பா கதாபாத்திரம்

விஜய்சேதுபதி வென்ற கதை

வழியாக ரொம்ப அழகாகப் பிரதிபலித்தார் விஜய்சேதுபதி.

திருநங்கை கதாபாத்திரம் என்பதற்காக மட்டும் இதில் அவர் நடிக்கவில்லை. அந்தக் கதாபாத்திரத்தின் குணாதிசயங்கள் அவரைப் பெரிதாகக் கவர்ந்ததால் நடிக்க முன் வந்தார். ஆனால், அந்தக் கதாபாத்திரம் அவரின் மகளுக்குப் பிடிக்கவில்லை.

மனைவி, பிள்ளையைத் தவிக்க விட்டு, யாருக்கும் தெரியாமல் வீட்டைவிட்டு மும்பைக்கு ஓடிப்போய், பெயரையும் உருவத்தையும் மாற்றிக்கொண்டு, பாவடை - தாவணி சகிதமாக, உதட்டு சாயம் பூசிக் கொண்டு, நளினமாக நடக்கும் திருநங்கையாக ஊர்திரும்பும் அந்தக் கேரக்டர் அவரின் மகளுக்குப் பிடிக்கவே இல்லை! அவள், அப்பாவை அப்படிப் பார்க்க விரும்பவில்லை. ஒருமுறை அழுதே விட்டாளாம்!

தியாகராஜன் குமாரராஜா இயக்கத்தில் வெளியான 'சூப்பர் டீலக்ஸ்' படத்தில் ஷில்பா என்கிற திருநங்கை கதாபாத்திரத்தில் திருநங்கைகள் படும் துயரத்தை, அவர்களின் வேதனையை அப்படியே தனது நடிப்பில் கொண்டு வந்த விஜய்சேதுபதிக்கு, அந்தப் படம் கமர்ஷியலாக கை கொடுக்காமல் போனாலும், அவரின் நடிப்பு ரசிகர்களைப் பரவசப்படுத்தியது. அவரின் நடிப்பு விமர்சகர்களாலும் பாராட்டப்பட்டது. 'இந்தப் படத்துக்காக நிச்சயம் விஜய்சேதுபதிக்கு விருது கிடைக்கும்' என்றும் பலரும் கூறினர்.

சினிமாவில் சில ஹிட் படங்கள் மட்டுமே கொடுத்து, தனது இயல்பான நடிப்பின் வாயிலாக மக்கள் செல்வாக்கைப் பெற்று, நட்சத்திர அந்தஸ்துக்கு உயர்ந்த ஒரு நடிகன், படம் முழுவதும் திருநங்கையாகவே தோன்றுவதென்பது அபூர்வமானது! அது யாருமே செய்யத் துணியாத அசாத்திய துணிச்சல்!

விஜய்சேதுபதியின் அந்தத் துணிச்சலுக்குத்தான் விருது வெகுமதி கிடைத்தது. 2019-ம் ஆண்டு வெளியான படங்களுக்கான விருதுப் பட்டியலில் 'சூப்பர் டீலக்ஸ்' படத்துக்காக விஜய்சேதுபதிக்கு, சிறந்த துணை நடிகருக்கான தேசியவிருது அறிவிக்கப் பட்டது.

திருநங்கையின் வலிகளை, வேதனைகளை நம்பகத் தன்மையுடன், மிகவும் யதார்த்தம் நிறைந்த நடிப்பின் மூலமாகக் கொண்டு வந்த விஜய்சேதுபதிக்கு. சிறந்த துணை நடிகருக்கான தேசிய விருது கிடைத்தது.

■■

12

என்டர்டெய்னர் - பெர்ஃபார்மர்

தமிழ் சினிமாவில் ஒவ்வொரு காலகட்டத்திலும் சில நட்சத்திர நாயகர்கள் தோன்றி தமிழ் சினிமாவை ஆளுமை செய்திருக்கிறார்கள்! முதல் தலைமுறையில் தியாகராஜ பாகவதர் - பி.யூ.சின்னப்பா, அடுத்த தலைமுறையில் எம்.ஜி.ஆர் - சிவாஜி, மூன்றாவது தலைமுறையில் ரஜினி - கமல், இந்த இளம் தலைமுறையில் விஜய் - அஜித் என அந்தப் பட்டியல் நீள்கிறது! இவர்களுக்குப் பிறகு சினிமாவுக்குள் வந்த தனுஷ் - சிம்பு, சிவகார்த்திகேயன் - விஜய்சேதுபதி ஆகியோரையும் அந்தப் பட்டியலில் சேர்த்துக் கொள்ளலாம்!

இதில் ஒருவர், பொழுதுபோக்குப் படங்களைத் தரும் என்டெர்டெய்னராகவும், இன்னொருவர் கதைக்கு முக்கியத்துவம் உள்ள படங்களைக் கொடுக்கும் பெர்ஃபார்மராகவும் இருக்கின்றனர்.

எதிரெதிர் துருவங்களில் இருந்து பயணித்த இந்த நட்சத்திர நாயகர்கள், தங்களுக்கென ஒரு பாதையை

அமைத்துக் கொண்டும், பெரிய ரசிகர் படையை உருவாக்கிக் கொண்டும் வெற்றிகரமாக தங்களது திரைப் பயணத்தைத் தொடர்ந்தனர்.

இதில் என்டர்டெய்னர் - பெர்ஃபார்மர் என்கிற இரட்டைத் தன்மையின் அற்புதமான கலவையாக வந்து, பார்வையாளர்களைப் பரவசப்படுத்திக் கொண்டிருக்கிறார் 'மக்கள் செல்வன்' விஜய்சேதுபதி.

அந்தக்காலம் முதல் இந்தக் காலம்வரை நட்சத்திர நாயகர்களுக்கு ரசிகர்கள்தான் அச்சாணியாக இருந்துள்ளனர். இதைப் புரிந்து கொள்ளாத சில ஹீரோக்கள், 'எதைக் கொடுத்தாலும் பார்த்தே தீரவேண்டும், அதுதான் விதி' என்கிற அலட்சியப் போக்கில் சில சந்தர்ப்பங்களில் ரசிகர்களின் கோபத்துக்கும், சாபத்துக்கும் ஆளாகி தோல்விப் படங்களைத் தருகின்றனர்.

ஆகவே, உடனடியாக ஒரு ஹிட் கொடுக்க வேண்டிய நிர்பந்தத்தில், தங்களின் மார்க்கெட்டை நிலைநிறுத்திக் கொள்ளும் நோக்கத்தில் ரீமேக் படங்களில் நடிப்பார்கள்.

புதிய சிந்தனைகள், மாறுபட்ட கற்பனைகளுக்குப் பாதை அமைக்கும் படைப்பாளிகளுக்குத் தன்னை ஒப்புக்கொடுப்பவராக இருக்கும் விஜய்சேதுபதி, 50 படங்களை நெருங்குகிறார். ஆனால், அவர், 'காதலும் கடந்துபோகும்' படத்தைத் தவிர எந்த ரீமேக் படத்திலும் நடிக்கவில்லை. அந்தப் படத்திலும்கூட நாயக பிம்பத்தை நொறுக்கும் கதாபாத்திரத்தை ஏற்றே நடித்திருந்தார்.

வசூலை அளக்கும் கமர்ஷியல் சினிமா, பரிசோதனை முயற்சிகளில் இறங்கும் கலாபூர்வமான சினிமா என்கிற முயற்சிகளை இடைவிடாமல் மேற்கொள்பவராக விஜய்சேதுபதி இருக்கிறார்.

சிரிப்பு மூட்டும் ரவுடி, அடிக்கத் தெரியாத ரவுடி, போலி ரவுடி, மாஸ் ரவுடி, சொதப்பும் மொக்கையான ரவுடி.. என விஜய்சேதுபதியின் படங்களை எளிதாக வகைப்படுத்தி விட முடியும். ஆனால், அதில்தான் அவரின் நுட்பமான நடிப்பு பளிச்சிடுகிறது.

சினிமாவில் வெற்றிகளும், தோல்விகளும் ஓர் அங்கம் என்பதை நன்கு உணர்ந்தே ஒவ்வொரு அடியையும் எடுத்து வைக்கும் விஜய்சேதுபதியின் பங்களிப்பு அபாரமானது.

இந்த முகநூல், இன்ஸ்டாகிராம் யுகத்தில் தன் நாயக பிம்பத்தைத் தூக்கி நிறுத்தவே அனைவரும் துடிப்பார்கள். ஆனால், விஜய் சேதுபதி இதில் முழுக்க முழுக்க மாறுபட்ட கலைஞனாக இருக்கிறார்.

'சீதக்காதி'யில் 75 வயதான நாடகக் கலைஞர் அய்யா ஆதிமூலமாகவும், 'ஆரஞ்சு மிட்டாய்' படத்தில் 60 வயது கைலாசமாகவும் அந்தக் கதாபாத்திரங்களுக்குத் தனது உன்னதமான நடிப்பால் உயிர் கொடுத்தார். அந்தப் படங்கள் தோற்றுப் போனாலும், ஒரு நல்ல கதையில், சிறப்பான கதாபாத்திரத்தில் நடித்த மன திருப்தி அவருக்குக் கிடைத்தது.

'சூப்பர் டீலக்ஸ்' படத்தில் முழுக்க முழுக்க திருநங்கையாக நடிப்பதற்கு அசாதாரண துணிச்சல் வேண்டும்.

'சூது கவ்வும்', 'இதற்குத்தானே ஆசைப்பட்டாய் பாலகுமாரா, 'நானும் ரவுடிதான்' ஆகிய படங்கள் வடிவேலு மாதிரியான நகைச்சுவை நடிகர்களுக்கான களம்தான். கொஞ்சம் பிசகினாலும் ரசிக்க முடியாது. அதன் எல்லை அறிந்து, கதாபாத்திரத்தை உணர்ந்து, அதை உள்வாங்கி நடித்த விதத்தில் ரசிகர்களை வசீகரம் செய்தார் விஜய்சேதுபதி

'இமைக்கா நொடிகள், 'க/பெ ரணசிங்கம்' ஆகிய படங்களில் கௌரவ கதாபாத்திரம் என்றாலும், பெண்ணை மையப்படுத்திய படங்களிலும் தனது பங்களிப்பைத் தர அவர் முதல் வரிசையில் நிற்கிறார்.

அதேபோல், நட்புக்காக சில படங்களில் நடித்தார். அந்தப் படங்கள் தோற்றபோது, "கதைத் தேர்வில் கவனம் செலுத்துவதில்லை, வகைதொகை இல்லாமல் எல்லாப் படங்களிலும் நடிக்கிறார்" என்கிற அவச் சொல்லுக்கு ஆளானார். ஆனாலும், நட்புக்கு மரியாதை கொடுத்து, தன் மீது சிலர் எறிந்த கற்களை, புன்னகையுடன் எதிர்கொண்டார்!

ஆனால், ஒரு சில சறுக்கல்களைச் சந்தித்தாலும், சிறப்பான பங்களிப்பின் மூலம் மிகப்பெரிய வரவேற்பைப் பெறமுடியும் என்பதை நிரூபித்து வருகிறார். தன் பாதை தெளிவானது, அது எந்த ஒளிவட்டத்துக்குள்ளும் சிக்காத நடிகனுக்குரியது என்பதைக் காட்டுகிறார். 'நடித்தால் ஹீரோ சார்' என்று விஜய்சேதுபதி அடம்பிடிப்பதில்லை. ரசிகர்களின் ரசனை மாற்றத்தை உருவாக்க முயற்சி செய்யும் கலைஞனாக வெவ்வேறு பரிணாமங்களில் தன்னை வெளிப்படுத்திக் கொண்டே இருக்கிறார்.

13

தயாரிப்பாளர் அவதாரம்

ரசிகர்கள் கொடுக்கும் பணத்தில், கார், பங்களாவென வசதியான வாழ்க்கையை உருவாக்கிக் கொள்ளும் நட்சத்திரங்களில் பலர், சினிமாவில் சம்பாதித்த பணத்தை, சினிமாவில் முதலீடு செய்ய முன் வருவதில்லை! 'சினிமாவில் முதலீடு செய்தால் பணத்துக்கு உத்திரவாதம் கிடையாது!' என நினைத்து நிலங்கள், பண்ணைத் தோட்டம், அடுக்குமாடி குடியிருப்புகள்... எனப் பல்வேறு தொழிலில் பணத்தை முதலீடு செய்கின்றனர்.

'சினிமாவில் போடும் பணத்துக்கு கேரண்டி இல்லை, அதில் முதலீடு செய்யும் பணம் திரும்பாது! அதுவொரு, சூதாட்டம்!' என்கிற மனநிலைதான் அவர்களை வேறு தொழிலில் பணத்தைக் கொண்டு போய் கொட்டவைக்கிறது.

சினிமாவும் சிறந்த தொழில்தான். திட்டமிட்டு இறங்கி, முறையாகச் செய்தால் முதலுக்கு மோசம்

விஜய்சேதுபதி வென்ற கதை | 67

இருக்காது! போட்ட முதலீடு கை வந்து சேரும். இந்தப் புரிதலும், சினிமா மீதுள்ள நேசமும் உள்ள சில நட்சத்திரங்கள், வேறு எங்கோ கொண்டுபோய் பணத்தைப் பதுக்கி வைக்காமல், தன்னை உருவாக்கிய, தனக்கு வாழ்க்கை கொடுத்த சினிமாவுக்கு நேர்மையாக இருக்கிறார்கள். சினிமாவில் சம்பாதித்த பணத்தை சினிமாவிலேயே முதலீடு செய்து, அதன் மூலமாக, சினிமாவையே நம்பியிருக்கும் பல ஆயிரக்கணக்கான குடும்பங்களை வாழ வைக்கிறார்கள்.

அந்த வெகுசில நேர்மையாளர்களுள் ஒருவராக இருக்கிறார் விஜய்சேதுபதி. 'விஜய்சேதுபதி புரொடக்‌ஷன்' என்கிற சொந்தப் பட நிறுவனத்தைத் தொடங்கி, அதன் வழியாக பல குடும்பங்களை வாழவைத்துக் கொண்டிருக்கிறார்.

'விஜய்சேதுபதி புரொடக்ஷன்' படநிறுவனத்தின் முதல் தயாரிப்பாக, 'ஆரஞ்சு மிட்டாய்' படம் உருவானது. இதில் கைலாசம் என்கிற முதியவராக நடித்திருந்தார் விஜய்சேதுபதி. அத்துடன், இந்தப் படத்தின் கதை, வசனத்தையும் அவரே எழுதினார்.

ஜெயப்பிரகாஷ், ரமேஷ்திலக், கருணாகரன் ஆகியோரும் நடித்திருந்த இந்தப் படத்தை அறிமுக இயக்குநர் பிஜு விஸ்வநாத் இயக்கியிருந்தார்.

சத்தியா (ரமேஷ் திலக்) அவசர ஆம்புலன்ஸ் சேவையை நடத்திவரும் ஒரு மருத்துவ உதவியாளர். அவரது தந்தையின் முதலாமாண்டு நினைவு நாளில், உடல்நிலை மிகவும் மோசமான நிலையில் இருக்கும் கைலாசம் (விஜய்சேதுபதி) என்கிற ஒரு வயதான பெரியவரை சத்யாவும், ஆம்புலன்ஸ் ஓட்டுனரும் மீட்டெடுக்கிறார்கள்.

நோயாளி கைலாசம் (விஜய்சேதுபதி), ஒரு இதய நோயாளியாக இருப்பதால் தனது உயிருக்குப் போராடுகிறார். அந்த நிலையில் கைலாசத்தின் பிடிவாதமான செயல்கள் சத்யாவுக்கு எரிச்சலூட்டுகிறது. இதனால், மருத்துவமனைக்குக் கொண்டு சென்று, அவருக்கு மருத்துவ உதவியளிப்பது சத்யாவிற்கு சிக்கலை ஏற்படுத்துகிறது. 'முதியவர் கைலாசம் யார்? அவரின் பின்னணி என்ன? அவரது பிடிவாத குணத்துக்குக் காரணம் என்ன? சத்யா, அவரை மருத்துவமனைக்குக் கொண்டு போனாரா?' என்பதே கதை.

விஜய்சேதுபதி வென்ற கதை | 69

விஜய்சேதுபதியின் முதல் தயாரிப்பு, அவர் நினைத்திருந்தால், தன்னை மாஸ் ஹீரோவாக முன்நிறுத்தும் ஒரு கமர்ஷியல் கதையைக் கையில் எடுத்து, அதை பிரபலமான இயக்குநரிடம் கொடுத்து, வசூல் வேட்டையாடியிருக்கலாம்! ஆனால், சினிமாவை நேசிக்கும் விஜய்சேதுபதிக்கு, அந்த கமர்ஷியல் மைண்ட் இல்லை! ஆகவே இயல்பான ஒரு கதையைத் தேர்ந்தெடுத்து, அதில் முதியவராகவும் நடித்து, தன் சொந்தப் பணத்தில் பரிசோதனை முயற்சியில் இறங்கினார்.

இதில் அவர், 'நல்ல கலைஞன்' என்கிற பெயரையே சம்பாதித்தார், பணத்தை சம்பாதிக்க வில்லை! ஆனால் விஜய்சேதுபதி, விசனப்படவில்லை! தரமான படத்தைத் தயாரித்த திருப்தி இருந்தது.

பணத்தைப் பற்றிக் கவலைப்படாமல் நல்ல படைப்பைக் கொடுக்க வேண்டும் என்கிற துடிப்பில் இருந்த விஜய்சேதுபதி அசரவில்லை! மறுபடியும்

சொந்தப் பட தயாரிப்பில் இறங்கி, 'மேற்குத் தொடர்ச்சி மலை' என்கிற படத்தைத் தயாரித்தார்.

ஆனால், இதில் விஜய்சேதுபதி நடிக்கவில்லை. சில படங்களில் சின்னச் சின்ன வேடங்களில் வந்துபோன ஆண்டனி ராஜ் என்கிற ஒரு இளைஞனை ஹீரோ வாக்கி, முக்கிய கதாபாத்திரங்களில் புதுமுகங்களையே நடிக்க வைத்தார்.

இளையராஜா இசையமைத்த இந்தப் படத்தை புதுமுக இயக்குநர் லெனின் பாரதி இயக்கினார். இந்தப் படம் நீண்டநாள் தயாரிப்பில் இருந்தது. 'படம் ட்ராப்' என்று கூட பேச ஆரம்பித்தனர்.

அதற்காக விஜய்சேதுபதி மனம் தளரவில்லை! 'ஒரு தரமான கதையை சிறப்பான முறையில் தயாரித்துக் கொடுத்தால் மக்கள் மத்தியில் நல்ல வரவேற்பு கிடைக்கும்' என ஆழமாக நம்பினார்.

அப்போது விஜய்சேதுபதியின் சம்பளம் 25 லட்சம்தான்! ஆகவே, படங்களில் நடித்து, கொஞ்சம் கொஞ்சமாகப் பணத்தை சேமித்து, இந்தப் படத்தை எடுத்து முடித்தார்.

மேற்குத் தொடர்ச்சி மலை அடிவாரத்திலிருந்து தினமும் மலை கிராமங்கள் வழியாகப் பயணித்து, மலைவாழ் மக்களுக்கு உதவி செய்து, தன் முதலாளியின் எஸ்டேட்டில் இருந்து ஏலக்காய் மூட்டைகளைச் சுமந்து கொண்டு, மீண்டும் அடிவாரத்துக்குத் திரும்பும் ரங்கசாமி என்கிற சாமானியனின் வாழ்க்கையோடு, அந்த மலை

விஜய்சேதுபதி வென்ற கதை

கிராமத்து மக்களின் வாழ்க்கையில் நடக்கும் இன்பம், துன்பம், ஏக்கம், போராட்டம் ஆகியவற்றை அழுத்தமாக இந்தப் படம் பதிவு செய்தது.

மலையும் மலை சார்ந்த பகுதியிலும் வாழும் சாமானிய மக்களின் வாழ்க்கையைப் பேசிய இந்தப் படம், கூலித் தொழிலாளியாக இருக்கும் ஒருவன், சிறிதாக ஒரு நிலத்தைச் சொந்தமாக வாங்கி, அதில் விவசாயம் செய்ய நினைத்தால், இந்தச் சமுதாயம் அவனுக்கு எப்படியெல்லாம் குடைச்சல் கொடுக்கிறது என்கிற நல்ல கருத்தைச் சொன்னது. சிறந்த கருத்தை வலியுறுத்திய இந்தப் படம், சர்வதேச அளவில் பல விருதுகளை வாங்கியது. ஆனால், வணிக ரீதியாக வசூலில் கோட்டைவிட்டது.

'சினிமாவை வியாபார நோக்கத்தில் பார்க்காமல், அதைச் சாமானிய மக்களின் வாழ்க்கையைச் சொல்ல உதவும் நல்ல சாதனமாகக் கருதும், சினிமாவை நேசிக்கும் ஒரு கலைஞனால் மட்டுமே இதுமாதிரி ஒரு படைப்பைக் கொடுக்க முடியும். கோடிகளில் புரளும் நடிகர்கள் செய்யத் துணியாத ஒரு துணிச்சலான முயற்சியை இந்தப் படத்தின் மூலமாகச் செய்து காட்டினார் விஜய்சேதுபதி' என அவருக்கு பாராட்டுக்கள் குவிந்தன.

இந்தப் பாராட்டும், விருது வெகுமதியும்தான் விஜய்சேதுபதிக்கு உந்து சக்தியாக, உற்சாக டானிக்காக இருந்தது.

இரண்டு படங்களில் பரிசோதனை முயற்சியில் இறங்கிய விஜய்சேதுபதி, அடுத்ததாக 'ஜுங்கா' என்கிற கமர்ஷியல் படத்தைத் தயாரித்தார்.

ஒரு டம்மி தாதாவின் வாழ்க்கையை நகைச்சுவையோடு சொன்ன இந்தப் படத்தில் தாதா ஜூங்காவாக விஜய்சேதுபதி நடிக்க, அவரின் உதவியாளராக யோகிபாபுவும், தாயாக சரண்யா பொண்வண்ணனும் நடித்திருந்தனர். விஜய்சேதுபதிக்கு ஜோடிகளாக சாயிஷா, மடோனாசெபாஸ்டியன் இருவரும் நடித்தனர். ஏற்கனவே விஜய்சேதுபதியை வைத்து, 'இதற்குத்தான் ஆசைப்பட்டாயா பாலகுமாரா' படத்தைக் கொடுத்த இயக்குநர் கோகுல், இந்தப் படத்தை இயக்கியிருந்தார். காமெடி கலாட்டாவாக இருந்த இந்தப் படம் ஓடவில்லை!

■■

14

பல்கலை வித்தகர்

சிறந்த நடிகனாக இருக்கும் ஒரு கலைஞனுக்கு எழுதவோ, அல்லது பாடவோ வராது. எழுத்தாளன், பாடகனுக்கோ நடிக்க வராது! ஒரு கலைஞன், தனக்கு என்ன வருமோ அதை மட்டுமே சரியாகச் செய்யும் போதுதான் அந்தத் துறையில் தொடர்ந்து அவனால் சாதிக்க முடியும்.

ஆனால், சினிமாவில், எல்லாத் திறமையும் கைவரப் பெற்ற அஷ்டாவதானியாக, சகல துறையிலும் சாதிக்கும் பல்கலை வித்தகராக சிலர் இருக்கிறார்கள்.

அந்தவகையில், ஓய்வு எடுக்கக்கூட நேரமில்லாமல் பரபரப்பான நடிகனாக, 'என்டர்டெய்னர் - ஃபெர்பார்மர்' என்கிற இரட்டைத் தன்மையின் அற்புதமான கலவையாக, சினிமா ரேசில் ஓடிக் கொண்டிருக்கும் விஜய்சேதுபதி, சில சமயத்தில் ரசிகர்களை குஷிப்படுத்துவதற்காக, கமர்ஷியல் படங்களைக் கொடுக்கிறார்! சில சந்தர்ப்பங்களில்,

கலாபூர்வமான படங்கள் வழியாக தன் திறமையை நிரூபித்து, நடிப்பில் முத்திரை பதித்து வருகிறார்.

ஒரு வெற்றிகரமான ஹீரோவாக வலம் வரும் விஜய்சேதுபதி தயாரிப்பாளர், கதாசிரியர், வசன கர்த்தா, பாடலாசிரியர், பாடகர்... இப்படி சகல துறையிலும் தன் திறமையைக் காட்டும் பல்கலை வித்தகராகவும் இருக்கிறார்.

'ஆரஞ்சு மிட்டாய்', 'மேற்குத் தொடர்ச்சி மலை', 'ஜுங்கா' போன்ற படங்களை எடுத்து, பட உலகத்தில் 'தரமான தயாரிப்பாளர்' என்கிற பெயரை விஜய்சேதுபதி எடுத்திருக்கிறார்.

அவர், முதன் முதலாகத் தயாரித்த 'ஆரஞ்சு மிட்டாய்' படத்துக்கு கதை, வசனம் எழுதி தன்னையொரு எழுத்தாளனாகவும் அடையாளம் காட்டினார்.

இதில் வரும் 'ஸ்ரைட்டா போய்' என்கிற பாடலை எழுதி, பாடியதும் விஜய்சேதுபதிதான்!

இதையடுத்து, 'இப்படை வெல்லும்' என்கிற படத்துக்கும் விஜய்சேதுபதி கதை எழுதியிருக்கிறார்.

இதுதவிர, 'ஹலோ நான் பேய் பேசறேன்' படத்தில் வரும் 'மஜா மச்சா' என்கிற பாடலையும், 'இஸ்பேட்ராஜாவும் இதயராணியும்' படத்துக்காக ஒரு பாடலையும் சொந்தக் குரலில் பாடி அசத்தியிருக்கிறார்.

மேலும், 'கட்டப்பாவக் காணோம்', 'அண்டாவக் காணாம்' உட்பட சில படங்களுக்கு திரை வழியாக

கதை சொல்லும் 'டப்பிங்' கலைஞனாகவும் விஜய் சேதுபதி, தன்னை அடையாளப்படுத்திக் கொண்டிருக்கிறார்.

விஜய்சேதுபதியை மிகச் சிறந்த நடிகராக உருவாக்கிய இயக்குநர்கள் இருக்கிறார்கள். அவரை வைத்துப் படம் எடுத்து, பணம் எடுத்த தயாரிப் பாளர்கள் இருக்கிறார்கள். அவருக்காக நல்ல நல்ல இசை மெட்டுக்களை உருவாக்கிக் கொடுத்த இசையமைப்பாளர்கள் இருக்கிறார்கள்.

இவர்களின் ஒத்துழைப்புடன் தமிழ் சினிமாவுக்கு தரமான படங்களை வழங்கிக் கொண்டிருக்கிறார் விஜய்சேதுபதி.

15

வில்லனாக வெளுத்துக் கட்டிய 'பேட்ட' - 'மாஸ்டர்'

ஒரு திரைக் கலைஞன், கிணற்றுக்குள்ளேயே சுற்றும் தவளையாக இல்லாமல், அவன் எந்தத் தண்ணியிலும் நீந்தும் மீனைப் போல இருக்க வேண்டும். எந்தப் பாத்திரத்தில் ஊற்றினாலும், அந்தப் பாத்திரத்தின் வடிவத்துக்கு மாறும் நீரின் தன்மையைப் பெற வேண்டும். வெற்றிபெற்றவர்களின் வாழ்க்கையைக் கொஞ்சம் புரட்டிப் பார்த்தால் இந்த உண்மை புலப்படும்.

வெற்றி பெற்ற ஒவ்வொரு ஹீரோவும் நாயகன், நகைச்சுவைக் கலைஞன், குணச்சித்திர நடிகன், எதிர்நாயகன்.. என்று கிடைத்த வாய்ப்புகளில் எல்லாம் தடம் பதித்துள்ளனர்.

துணைக் கதாபாத்திரத்திலோ, நகைச்சுவை நடிப்பிலோ பெயர் எடுத்த சிலர், இமேஜ் பற்றிக் கவலைப்படாமல், அடுத்தடுத்துப் பாய்ச்சலை நிகழ்த்தி, பல பரிணாமங்களைக் காட்டியிருக்கிறார்கள்.

கதாநாயனாக மட்டுமே நடிக்கும் சிலர் கடைசிவரை அந்த வட்டத்துக்குள்ளேயே சுற்றிக் கொண்டிருக்கிறார்கள். கதாநாயக பிம்பத்தைக் கைவிட முடியாமல், அந்தக் கிரீடத்தை தக்க வைத்துக் கொள்வதில் ஏற்படும் தடுமாற்றத்தில் தங்களைத் தொலைத்திருக்கிறார்கள்.

இளம் தலைமுறை நடிகர்களுடன் போட்டிபோட முடியாத சிலர், துணைக் கதாபாத்திரங்களுக்குள் தங்களைப் பொருத்திக் கொள்கிறார்கள். சிலர் எதிர்நாயகனாக தங்களது இடத்தைத் தக்கவைத்திருக் கிறார்கள்.

ஆனால், இதைத் தலைகீழாகச் செய்தவர்கள் சிவாஜியும், ரஜினியும்! அந்த ஆளுமைகளுக்குப் பிறகு இமேஜ் பற்றிக் கவலைப்படாமல், அடுத்த பாய்ச்சலை நிகழ்த்திக் காட்டி, ஆச்சரியப்படுத்திக் கொண்டிருக் கிறார், விஜய்சேதுபதி.

மார்க்கெட் இழந்த ஒரு நடிகர், துணைக் கதாபாத்திரத்திலோ, எதிர்நாயகனாகவோ நடிப்பது பெரிய விஷயமே இல்லை. நாயகனாக மக்களின் மனங்களில் இடம்பிடித்த ஒரு நட்சத்திரம், வணிக மதிப்பு குறித்துக் கவலைப்படாமல், தனக்கு முந்தைய தலைமுறையின் உச்ச நடிகர்களின் படங்களில் வில்லனாக நடித்து, அரிதினும் அரிதான அந்த விஷயத்தைத் துணிந்து செய்துகொண்டிருக்கும் தற்கால நடிகராக இருக்கிறார் விஜய்சேதுபதி.

தனக்கு 35 ஆண்டுகளுக்கு முன்னர் தமிழ் சினிமாவில் அறிமுகமாகி, கடும் போரட்டத்துக்குப் பிறகு உச்ச நட்சத்திரமாக ஜொலித்துக் கொண்டிருக்கும் ரஜினிக்கு வில்லனாக 'பேட்ட' படத்திலும்,

தனக்கு 20 ஆண்டுகளுக்கு முன்னர் பயணத்தைத் தொடங்கிய விஜய்க்கு வில்லனாக 'மாஸ்டர்' படத்திலும் நடித்ததன் மூலம், ஹீரோ - வில்லன் என்கிற வழக்கமான வணிக சினிமா பிம்பத்தைத் தகர்த்தெறிந்த நடிகராக மாறியிருக்கிறார் விஜய்சேதுபதி.

கல்லூரி விடுதியில் வார்டனாகப் பணியாற்றிக் கொண்டிருக்கிறார் காளி (ரஜினி). அதே கல்லூரியில் படிக்கும் மாணவன் பாபி சிம்ஹா, செல்வாக்குள்ள குடும்பத்தின் செல்லப்பிள்ளையான பாபி சிம்ஹாவுடன் நடந்த மோதலால் காளியின் கடந்தகால வாழ்க்கை பாபி சிம்ஹாவுக்குத் தெரிய வருகிறது.

தன் எதிரிகளைத் தேடி அந்தக் கல்லூரிக்கு வரும் காளி, அங்கிருந்தபடியே எதிரிகளைப் பழிவாங்குவது தான் 'பேட்ட' படத்தின் கதை. இதில் ரஜினியின் பிரதான எதிரியாக வந்து வில்லத்தனம் காட்டி மிரளவைத்தார் விஜய்சேதுபதி.

விஜய்சேதுபதியின் ஆரம்பகால வளர்ச்சியில் முக்கியமானவராக இருக்கும் இயக்குநர் கார்த்திக் சுப்புராஜ் இந்தப் படத்தை இயக்கியிருந்தார். முன்னணி ஹீரோவாக வலம் வரும் விஜய்சேதுபதி, இயக்குநர் கார்த்திக் சுப்புராஜ் மீதுள்ள அன்பினால், அவரின் நட்புக்கு மரியாதை கொடுத்தே 'பேட்ட'

படத்தில் வில்லனாக நடிக்க முன் வந்தார். அதுவும் சூப்பர் ஸ்டார் ரஜினிக்கு வில்லன் என்று சொன்னதும் உடனே சம்மதித்தார்.

ரஜினி படத்தின் வெற்றி தோல்வியை கதைகளைக் காட்டிலும் அதை சொல்லும் விதமே நிர்ணயிக்கும். ரஜினியின் வெற்றிப் படங்களைக் கூட்டிக் கழித்துப் பார்த்தால் 'பழிவாங்கும் படலம்' என்கிற வட்டத்துக்குள் அடங்கிவிடும்.

இந்த பழி தீர்க்கும் கதையை, அழகான திரைக் கதையாக்கி, அதற்குள் ரஜினியிசத்தை அள்ளித் தெளித்து, எப்படியெல்லாம் ரசிகர்களைக் குஷிப்படுத்து கிறார்கள் என்பதை வைத்தே படத்தின் வெற்றி உறுதி செய்யப்படுகிறது!

அதன்படி, ஒரு ரஜினி ரசிகனாகவே மாறி, ரஜினியின் அத்தனை பலங்களையும் ஒவ்வொன்றாக எடுத்து 'பேட்ட' படத்தை, அலங்காரப்படுத்தி யிருந்தார் இயக்குநர் கார்த்திக் சுப்புராஜ். "வயசானாலும் உன்னோட அழகும், இளமையும் இன்னும் போகல" என்று 'படையப்பா'வில் ரம்யா கிருஷ்ணன் பில்டப் கொடுப்பதைப் போல, 20 வருடங்கள் கழித்து வந்த இந்தப் படத்திலும் அதே இளமையுடன் தோன்றி ரசிகர்களைப் பரவசப் படுத்தினார் ரஜினி.

எந்தக் கதாபாத்திரத்தை ஏற்றுக் கொள்கிறாரோ, அந்தக் கதாபாத்திரமாகவே மாறிவிடும் விஜய் சேதுபதியின் உடல் மொழியும், நடிப்பும் இதில் அபாரமாக இருந்தது.

'பேட்ட' படத்தின்போது விஜய்சேதுபதியின் இயல்பான நடிப்பை பக்கத்தில் இருந்து பார்த்து பரவசப்பட்ட சூப்பர் ஸ்டார் ரஜினி, ஒவ்வொரு முறையும் அவரை உற்சாகப் படுத்திக்கொண்டே இருந்தார். அத்துடன், 'பேட்ட' படத்தின் ஆடியோ விழாவில் 'விஜய்சேதுபதி ஒரு மகா நடிகன்' என்று வாயாரப் புகழவும் செய்தார்.

சினிமாவில் சாதித்த ஒரு உச்ச நட்சத்திரம், 40 ஆண்டுகளுக்கும் மேலாக மக்கள் அன்பு செலுத்தும் சூப்பர் ஸ்டார் வாயிலிருந்து வரும் இதுபோன்ற சத்தான வார்த்தைகள், ஒரு வளரும் நட்சத்திரத்துக்கு மிகப்பெரிய வரம். அது அவருக்குக் கிடைத்த மிகப்பெரிய பொக்கிஷம்.

அவரைப் போன்றவர்களுக்கு ரஜினி மாதிரி ஒரு பெரிய நட்சத்திரம்தான் வழிகாட்டி. அந்த மாதிரியொரு கலைஞனின் பாதிப்பு இல்லாமல், அவரை ரோல் மாடலாக எடுத்துக் கொள்ளாமல் ஒரு நடிகன் சினிமாவுக்குள் வந்திருக்கவே முடியாது.

'பேட்ட' படத்துக்குக் கிடைத்த ரசிகர்களின் பேரா தரவைத் தொடர்ந்து, இன்றைய சினிமா உலகத்தில் மாஸ் ஹீரோவாக இருக்கும் 'தளபதி' விஜய்க்கு வில்ல னாக 'மாஸ்டர்' படத்தில் நடித்தார் விஜய்சேதுபதி.

சிறுவர் சீர்த்திருத்தப் பள்ளியில் இருக்கும் மாணவர்களைத் தன்னுடைய ஆதாயத்துக்காகத் தவறான முறையில் பயன்படுத்தும் லோக்கல் தாதாவாக இருக்கும் விஜய்சேதுபதியை கல்லூரிப் பேராசிரியரான விஜய், ரெய்டு விடுவதுதான் 'மாஸ்டர்' படத்தின் கதை.

லோகேஷ் கனகராஜ் இயக்கத்தில் வந்த 'மாஸ்டர்' படத்தில் விஜய்யும், விஜய்சேதுபதியும் கலக்கியிருந்தார்கள். முதல் பாதியில் குடிக்கு அடிமையான பேராசிரியராகவும், இரண்டாம் பாதியில் சீர்திருத்தப் பள்ளி ஆசிரியராகவும் வந்த விஜய், வழக்கம்போல தனது ஸ்டைலில் ஸ்கோர் செய்தார்.

கதைப்படி விஜய்தான் ஹீரோ என்றாலும், நிஜ ஹீரோவாக படத்தையே தாங்கிப் பிடிக்கும் ஒரு கதாபாத்திரத்தில் அசத்தலாக நடித்திருந்தார் விஜய்சேதுபதி. அவர்தான் படத்தின் மிகப்பெரிய பலம். அவர் வரும் காட்சிகளில் ரசிகர்கள் செய்த ஆரவாரத்தில் தியேட்டரே அதிர்ந்தது.

■■

16

கமல்ஹாசனுக்கு வில்லன்

ஒரு நடிகனாக தனக்குக் கொடுக்கப்பட்ட கதாபாத்திரத்துக்குத் தேவையான எல்லா நியாயங்களையும் செய்யும் விஜய்சேதுபதி, கதை பிடித்திருந்தால், மற்ற நடிகர்களின் படங்களில் வில்லனாக நடிக்கத் தயாராகவே இருக்கிறார். இந்த ஒரு அம்சமே மற்ற நடிகர்களிலிருந்து அவரை வேறுபடுத்திக் காட்டுகிறது.

ரஜினியுடன் 'பேட்ட', விஜய்யுடன் 'மாஸ்டர்', சிரஞ்சீவியுடன் 'சைரா நரசிம்மா ரெட்டி' போன்ற படங்களில் வில்லனாக வந்து வெளுத்துக் கட்டிய விஜய்சேதுபதி, அடுத்ததாக கமல்ஹாசன் உடன் மோதப் போகிறார்.

'தேவர் மகன்' படத்தின் இரண்டாம் பாகமாக, கமல்ஹாசன் இயக்கி, தயாரித்து, ஹீரோவாக நடிக்க இருந்த 'தலைவன் இருக்கிறான்' படத்தில் விஜய்சேதுபதி வில்லனாக ஒப்பந்தம் செய்யப்பட்டார்.

ஆனால், பிக்பாஸ், பொதுத்தேர்தல் எனக் காரணம் காட்டி அந்தப் படத்தை ஒத்தி வைத்தார் கமல்ஹாசன்.

ஆகவே, 'தலைவன் இருக்கிறான்' படத்துக்காக வாங்கிய கால்ஷீட்டை இப்போது 'விக்ரம்' படத்துக்காகப் பயன்படுத்திக் கொள்கிறார். இப்போது, கமல்ஹாசனை வைத்து லோகேஷ் கனகராஜ் இயக்கப் போகும் 'விக்ரம்' படத்தில் கமல்ஹாசனுடன் மோதப் போகிறார் விஜய்சேதுபதி.

ரஜினியின் 'பேட்ட', விஜய்யின் 'மாஸ்டர்' படங்களில் வில்லனாக வந்து வெளுத்துக் கட்டிய விஜய்சேதுபதி, அடுத்ததாக கமல் ஹாசனுடன் மோதப் போகும் 'விக்ரம்' படத்தில், விஜய்சேதுபதியின் வில்லத்தனத்தை ரசிக்க ஆவலோடு காத்துக் கொண்டிருக்கிறார்கள் ரசிகர்கள்!

17

நம்பிக்கை நட்சத்திரம்

மார்க்கெட் வேல்யூ இல்லாத நடிகர்களைப் போல, மல்டி ஸ்டாரரர் படங்கள், இரண்டு நாயகர்களில் ஒருவராக, சில சமயத்தில் வில்லனாக, சில காட்சிகளில் வந்துபோகும் கெஸ்ட் ரோலில்... இப்படி ஒரு வரையறை கடந்து தனது கேரியர் கிஃராப்பை வடிவமைத்துக் கொள்கிறாரே? எதற்காக? ஒருவேளை அவருக்கு பணத்தேவை அதிகம் இருக்குமோ என்கிற சந்தேகம் பட உலகத்தில் பலருக்கும் இருக்கிறது!

பல கோடிகளைக் கொட்டிக் கொடுப்பதாக ஆசை காட்டினாலும், அதற்கு மயங்கி, வருகிற எல்லாப் படத்தையும் வாரிசுருட்டிப் போட்டுக் கொள்ளாமல், தன் மனசுக்கு சரியெனப் படும் கதைகளில் மட்டுமே நடிக்க முன்வருகிறார் விஜய்சேதுபதி.

ஷோலோ ஹீரோவாகக் கலக்கிக் கொண்டிருக்கும் விஜய்சேதுபதி, சில சமயம் மாறுபட்ட கதாபாத்திரத்துக்காவும், சில சமயத்தில் நட்புக்காகவும்

கொஞ்சம் இறங்கி வருகிறார். ஆனால், மல்டி ஸ்டாரர், இரண்டு நாயகர்களில் ஒருவர், வில்லன்... என எப்படி வந்தாலும் விஜய்சேதுபதியை ரசிகர்கள் ஏற்றுக் கொள்கின்றனர். அதுதான் அவரிடம் இருக்கும் மேஜிக்!

எந்தச் சவாலையும் தாண்டும் துணிச்சலும், அதற்கான தகுதியும், திறமையும், உழைப்பும் விஜய்சேதுபதியிடம் நிரம்பி இருப்பதாக ரசிகர்கள் நம்புகிறார்கள். அந்த வகையில் தமிழ் சினிமாவின் தற்கால நம்பிக்கை நட்சத்திரம் ஆகியிருக்கிறார் விஜய்சேதுபதி. அவர், சாகச நாயகன் பிம்பம் இல்லாத கதாபாத்திரங்களுக்கான நடிகராகக் கொண்டாடப் பட்டு வருகிறார்.

'சூது கவ்வும்' தாஸ், 'நடுவுல கொஞ்சம் பக்கத்த காணோம்' பிரேம்குமார், 'இதற்குத்தானே ஆசைப்பட்டாய் பாலகுமாரா' சுமார் மூஞ்சி குமாரு, 'பண்ணையாரும் பத்மினியும்' முருகேசன், 'ஆரஞ்சுமிட்டாய்' கைலாசம், 'இறைவி' மைக்கேல், 'காதலும் கடந்து போகும்' கதிர், 'விக்ரம் வேதா' வில் வேதா என சாமானிய மக்களிடமிருந்து எழுந்துவரும் எளிய இளைஞனாக, வாழ்ந்து காட்டிவருகிறார் விஜய்சேதுபதி.

கதையும், கதாபாத்திரமும் அவரை 'இம்ப்ரெஸ்' செய்தால் போதும். யார் நாயகன், யார் நாயகி என்பதெல்லாம் அவரின் கணக்கில் வராது! படத்தில் அவர் இருப்பார், அதுவும் மனதுக்கு நெருக்கமாக இருப்பார்.

சுமார் மூஞ்சி குமார் பேசும் வசனங்கள் பாதி புரியாது. ஆனால், சுமார் மூஞ்சி குமாரைப் பிடிக்காத ஆள் யாரும் இருக்க முடியாது! 'காதலும் கடந்து போகும்' கதிர் கதாபாத்திரத்தில் வேறு யாரையும் நினைத்துப் பார்க்கவே முடியாது! காரணம், அந்த நேர்முகத் தேர்வு காட்சியில் வரும் அதிகாரிகளைக் களைப்படைய வைக்க பேசிக் கொண்டே இருக்கவேண்டும். அது, விஜய் சேதுபதியால் மட்டுமே சாத்தியமானது.

ஏனென்றால் எவ்வளவு வேகமாக, எத்தனை பக்க வசனம் தொடர்ந்து பேசினாலும், ரசிகர்கள் களைப்படையாமல் கேட்க வேண்டும்! அதற்கு அவர் மட்டுமே இருக்க வேண்டும். 'அப்புறம் என்ன...? அவ

இருந்தா... நானும் இருந்தேன்...' என்று படு கேசுவலாகப் பேசி கை தட்டலை அள்ளிச் சென்றார்.

எந்த சவாலையும் தாண்டும் துணிச்சலும், அதற்கான தகுதியும், திறமையும், உழைப்பும் விஜய்சேதுபதியிடம் நிரம்பி இருப்பதாக ரசிகர்கள் நம்புகிறார்கள். அந்த வகையில் தமிழ் சினிமாவின் தற்கால நம்பிக்கை நட்சத்திரம் ஆகியிருக்கிறார் விஜய்சேதுபதி.

■■

18

இயல்பான நடிப்புக் கலைஞன்

ஒரு சில நடிகர்கள், புதிய படத்தில் ஒப்பந்த மானதும் அந்த கேரக்டருக்காக ‘சிக்ஸ் பேக்’ வைப்பது, உடல் எடையைக் கூட்டுவது அல்லது குறைப்பது... என ரொம்பவே மெனக்கெடுவார்கள். ஷூட்டிங் கிளம்புவதற்கு முன்பு வீட்டிலேயே ‘ஹோம் ஒர்க்’ செய்து பார்த்துக் கொள்வார்கள்.

இன்னும் சிலர், அன்று எடுக்கப்பட வேண்டிய காட்சி என்ன? அதில் மற்றவர்களைக் காட்டிலும் எப்படி சிறப்பாகச் செய்வது? காதல் காட்சியாக இருந்தால் அதை எப்படிக் கையாள்வது? காமெடிக் காட்சியாக இருந்தால் ‘டைமிங் மிஸ்’ ஆகாமல் எப்படி செய்வது? உணர்ச்சிகரமான காட்சியாக இருந்தால் எப்படியெல்லாம் உணர்ச்சிகளைக் கொட்டி நடிப்பது? சண்டைக்காட்சியில் எந்த மாதிரி சாகசம் காட்டலாம்? என்றெல்லாம் பக்காவாக பிளான் போடுவார்கள்!

விஜய்சேதுபதி வென்ற கதை ▮ 93

ஆனால், இதற்கெல்லாம் மாறுபட்ட கலைஞனாக இருக்கிறார் விஜய்சேதுபதி. அவரது பலமே இயல்பான நடிப்புத்தான்! தனது இயல்பான நடிப்புக்காக விஜய்சேதுபதி எந்த நடிப்பு உத்தியையும் பின்பற்றுவதில்லை.

எந்தவிதமான பிளானிங்கும் இல்லாமலே சூட்டிங் ஸ்பாட்டுக்குச் சென்றுவிடுவார்! எடுக்கப்பட வேண்டிய காட்சியைப் பற்றி இயக்குநர் விளக்கிச் சொல்ல, அந்தக் காட்சியை உள்வாங்கி, அதை மனதுக்குள் கொஞ்ச நேரம் ஓட்டிப் பார்த்து, ' கூடுமானவரை இயல்பாக எப்படிப் பண்ண முடியும் என்று யோசித்து, பிறகு கேமரா முன்னால் நின்று, தனது இயல்பான நடிப்பைக் கொண்டுவந்து, இயக்குநர் நினைத்ததைக் காட்டிலும் அந்தக் காட்சியை சிறப்பாகச் செய்து முடிக்கிறார்!

'சூது கவ்வும்' படத்தில் 45 வயதுக்காரராகவும், 'ஆரஞ்சு மிட்டாய்' படத்தில் 60 வயதுக்காரராகவும், 'சீதக்காதி'யில் 75 வயது முதியவர் தோற்றத்திலும் வந்து அசரடித்த விஜய்சேதுபதி, 'றெக்க' படத்தில் 25 வயது இளைஞனாகவும் தோன்றி, தனது கதாபாத்திரங்களுக்காக வெளிப்படுத்தும் நம்பகமான நடிப்பின் மூலம் எதிர்காலம், கடந்த காலத்துக்குப் பயணித்துக் காட்டி பார்வையாளர்களை வசீகரித்து வருகிறார்.

ஆனால், “விஜய்சேதுபதி, ஒரே மாதிரி நடிக்கிறார், எந்தக் கதாபாத்திரத்தை எடுத்துக்கொண்டாலும் அவராகவே தெரிகிறாரே” என்று சிலர் பேச ஆரம்பித்திருக்கின்றனர்.

"என் படங்கள் ஒரே கதையம்சத்துடனோ, ஒரே மாதிரியான கதாபாத்திரத்தன்மையுடனோ இருப்பது இல்லை. வெவ்வேறு கதைகளில், படத்துக்குப் படம் மாறுபட்ட கதாபாத்திரத்தில்தான் நடிக்கிறேன். 'ஒவ்வொன்றும் சுவாரசியமாக, மனசுக்கு நேர்மையாக இருந்தாலே போதும்" என்று அந்த விமர்சனத்துக்கு தக்க பதிலடி கொடுக்கிறார் விஜய்சேதுபதி.

'ஒரே மாதிரி நடிக்கிறார்' என்று பேசுகிறவர்கள், அவர் நடிக்கும் கதாபாத்திரத்தின் தன்மையைச் சரியாக உள்வாங்குவதில்லை. அதனால், வாய் கூசாமல் பேசுகிறார்கள்! கூர்ந்து கவனித்தால், அவர், கதாபாத்திரங்களுக்குள் ஊடுருவிச் சென்று, இயல்பான நடிப்பைக் காட்டுவதைப் பார்க்க முடியும். 'விஜய்சேதுபதி என்றாலே இயல்பான நடிப்புக் கலைஞன்' என்றாகிவிட்டது.

தமிழ் சினிமாவின் சிறந்த இயக்குநர்களில் ஒருவராக இருக்கும் மணிரத்னம் இயக்கத்தில் 'செக்கச் சிவந்த வானம்' படத்தில் சஸ்பெண்ட் செய்யப்பட்ட போலீஸ்காரராக வந்து, தனது இயல்பான நடிப்பைக் கொடுத்து, 'மல்டி ஸ்டாரர்' கதையாக இருந்த அந்தப் படத்தில் தனித்து ஜொலித்தார்.

விஜய்சேதுபதியின் இமேஜைப் புரிந்துகொண்ட மணிரத்னமும் அவரின் கதாபாத்திரத்தில் எந்த மாற்றத்தையும் செய்யாமல், அவரின் வழக்கமான ஸ்டைலிலேயே களமாட விட்டார்.

தமிழ் சினிமாவில் ஆண்டுதோறும் சுமார் 200-க்கும் அதிகமான படங்கள் வெளியாகின்றன. முன்னணி

ஹீரோக்கள் வருடத்துக்கு குறிப்பிட்ட சில படங்களில் மட்டுமே நடிக்கிறார்கள். ஸ்டார் இமேஜ் உள்ள நடிகர்கள் எல்லோரும் பெரிய பட்ஜெட் படங்களில் நடித்து வசூலை அள்ள வேண்டும் என்ற நோக்கத்தில் கமர்ஷியல் ஃபார்முலா உள்ள கதைகளிலேயே கவனம் செலுத்துகிறார்கள்.

இவர்களைத் தாண்டி, தமிழ் சினிமாவுக்கு சுவாசம் தரும் ஆக்சிஜனாக ஒரு சிலர் இருக்கவே செய்கிறார்கள்? வணிக சமரசத்துக்கு வளைந்து கொடுக்காமல் தரமான கதைகளுக்கு, தகுதியான படங்களுக்காக தன்னையே அர்ப்பணித்துக் கொள்ளவும் தயாராக இருக்கும் நடிகர்களும் இங்கே இருக்கவே செய்கிறார்கள். மசாலாத்தனம் மலிந்து கிடக்கும் வழக்கமான சினிமாவைப் புறங்கையால் ஒதுக்கிவிட்டு, தரமான படைப்புகளில் பங்களிப்பைச் செலுத்தி, ரசிகர்களின் பேராதரவுடன் ராஜ பாட்டை நடத்தி வருகிறார்கள்!

வித்தியாசமான கதாபாத்திரங்களை விரும்பி ஏற்று நடிக்கும் நடிகர்களின் அந்தப் பட்டியலில் முக்கியமானவராக இருக்கிறார் விஜய்சேதுபதி.

ஒல்லிப் பிச்சானாக இருக்கும் நடிகன் கூட 'பஞ்ச்' டயலாக் பேசியபடி, சுத்தி நிற்கும் ஆஜானுபாகுவான அடியாட்களை அடித்து துவம்சம் செய்து பறக்க விடும் சினிமா உலகத்தில், அடிக்கத் தெரியாத ரவுடி, பயந்த ரவுடி, போலி ரவுடி... எனத் தான் ஏற்றுக்கொண்ட கதாப்பாத்திரத்துக்கு நியாயமாக நடந்து கொள்கிறார்.

'சீதக்காதி'யில் 75 வயது நாடகக் கலைஞன் கதாபாத்திரத்துக்குத் தன்னை ஒப்புக்கொடுத்து, கலைக்காக வாழும் நடிகனாகவே மாறினார், விஜய்சேதுபதி.

இதற்கெல்லாம் சிகரம் வைத்ததுபோல, 'சூப்பர் டீலக்ஸ்' படத்தில் திருநங்கை அவதாரம் எடுத்தார்!

இந்த எளிமையும், எதார்த்தமும்தான் மற்றவர்களிடமிருந்து விஜய் சேதுபதியை வித்தியாசப்படுத்திக் காட்டுகிறது.

ஆனால், சில நேரம் அதுவே அவருக்கு வில்லனாகவும் மாறிவிடுகிறது! 'பண்ணையாரும் பத்மினியும்', 'ஆரஞ்சுமிட்டாய்', 'சீதக்காதி', 'சூப்பர் டீலக்ஸ்' போன்ற சில நல்ல படங்கள் வசூல் ரீதியாக வரவேற்பைப் பெறாமல் போய்விடுகின்றன..

அதற்காக விஜய்சேதுபதி சோர்ந்து போய்விடவில்லை, தன் மாறுபட்ட முயற்சிகளை மூட்டை கட்டி வைக்கவில்லை! 'எனக்கும் திருப்பி அடிக்கத் தெரியும்' என்று 'சேதுபதி'யில் திறமை காட்டினார். 'விக்ரம் வேதா'வில் மாஸ் ரவுடியாக வலம் வந்தார். 'தர்மதுரை', 'கவண்' படங்களில் கமர்ஷியல் கிங் ஆக மாறினார். '96' படத்தின் மூலம் பேரன்பு காட்டும் பெருங்காதலனாக வசீகரித்தார்.

∎∎

19
திரை போட்டுக் கொள்ளாத வாழ்க்கை

தமிழ் சினிமாவில் மிகவும் பரபரப்பான ஹீரோவாக வலம் வரும் விஜய்சேதுபதி, நிற்காமல் ஓடிக் கொண்டே இருக்கிறார்! தினமும் ஷிப்ட் முறையில் கால்ஷீட் கொடுத்து நடித்து வருகிறார்.

குடும்பத்தின் மீது அளவற்ற அன்பும், எல்லை கடந்த பாசமும் வைத்திருக்கும் விஜய்சேதுபதி, இந்தப் பரபரப்புக்கு நடுவே உள்ளூர் சூட்டிங் என்றால் நேரம் ஒதுக்கி, குடும்பத்தினரோடு சேர்ந்து சாப்பிட்டு மனைவி, பிள்ளைகளிடத்தில் பாசத்தைப் பகிர்ந்து கொள்கிறார்.

பள்ளி விடுமுறை நாட்களில் மனைவி, பிள்ளைகளை அவுட்டோர் சூட்டிங் ஸ்பாட்டுக்கு வரவழைத்து, அவர்களை குஷிப்படுத்துகிறார்..

சொந்த வாழ்க்கைக்கும், திரை வாழ்க்கைக்கும் நடுவே சுவர் எதுவும் எழுப்பாமல், திரை போட்டுக்

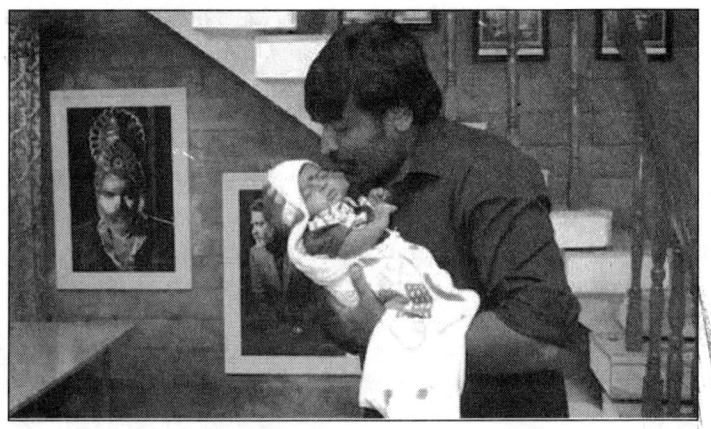

கொள்ளாமல் வாழ்ந்து வருகிறவர் விஜய்சேதுபதி. தனது வயது, தோற்றம் பற்றி பெரிதாக அலட்டிக் கொள்ளாமல், பாதி நரையும் மீதி கறுப்புமான பெப்பர் அண்ட் சால்ட் தாடியுடன் வெளியே வருவது, மனதில்பட்ட எதையும் வெளிப்படையாகப் பேசுவது என இயல்பான மனிதனாகவே வலம் வருகிறார்.

இதுபற்றி யாராவது கேட்டால், "சொந்த வாழ்க்கைய எதுக்காக மாத்திக்கணும், நான் எப்பவும் போல அப்படியேதான் இருக்கேன். எனக்கு இயல்பா இருக்கறது பிடிச்சிருக்கு. சினிமாவுக்காக என்னை நான் மாத்திக்கவே இல்ல. மக்களைப் பொறுத்தவரை நான் ஒரு நடிகன், நடிப்பது எனக்குத் தொழில், சொந்த வாழ்க்கைக்கும், திரை வாழ்க்கைக்கும் நடுவே திரை போட்டுக்க எனக்குப் பிடிக்காது" என்கிறார்.

அவர், சினிமாவில் காலடி எடுத்து வைத்து 15 வருடங்கள் ஆகின்றன. இந்த ஆண்டுகளில் அயராத

உழைப்பைக் கொடுத்து, கடினமான போராட்டத்தைச் சந்தித்து, முன்னேறி வந்திருக்கிறார். ஒவ்வொரு மாதத்திலும் குறைந்தபட்சம் விஜய்சேதுபதி நடித்த இரண்டு படங்களாவது வெளியாகின்றன..

அவரைக் கொண்டாடித் தீர்ப்பதற்கு முக்கியக் காரணம் திரையில் மட்டுமன்றி, நிஜ வாழ்விலும் தன் 'மேக்கப்' இல்லாத இயல்பான அணுகுமுறையாலும், பேச்சாலும் எல்லோரின் மனதிலும் எளிதாக நுழைந்துவிடுகிறார்.

பில்ட் அப் பண்ணுவதும், பீலா விடுவதும் சகஜமாகிப் போன சினிமா உலகத்தில், தொடர்ந்து பிரகாசிக்க வேண்டி சிலர் ஏகப்பட்ட தகிடுதத்தங்கள் செய்வதுண்டு! ஆனால், அது எல்லா நேரத்திலும் கை கொடுக்காது! சரியான சமயத்தில் சறுக்க வைத்து தோல்வியில் கொண்டுபோய் நிறுத்திவிடும்.

ஆனால், எந்தச் சூழ்நிலையிலும் தன்னைத் தொலைக்காத சுயத்தோடு இருக்கும் கலைஞன் தொடர்ந்து முன்னேறிக்கொண்டே இருப்பான்.

விஜய்சேதுபதி, அப்படிப்பட்டவொரு கலைஞன் தான்! எந்தக் கதாபாத்திரத்திலும் அவர், தன்னைத் தொலைப்பதேயில்லை. தனக்கென ஒரு தனி ஸ்டைலை உருவாக்கிக் கொண்டு, திரைவானில் பிரகாசமாக ஜொலிக்கும் நட்சத்திரமாக இருக்கிறார்.

அதேநேரத்தில், சில சமயம் பரீட்சார்த்த முயற்சிகளில் இறங்கும் கலைத்தாகம் கொண்ட கலைஞனாகவும் தன்னை சோதனைகளுக்கு உட்படுத்திக் கொள்கிறார்.

ஒரு பக்கம் கமர்ஷியல், மறுபக்கம் கலைத்தாகம் என இரண்டும் கலந்த அபூர்வ கலவையாக இருக்கும் அந்தக் கலைஞனை ரசிகர்கள் கொண்டாடுவதில் எந்த ஆச்சரியமும் இல்லை!

20

பெண்களுக்கு மரியாதை

சினிமா என்பது ஒரு மாஸ் மீடியா, அதில் சொல்லப்படும் கருத்துக்கள் குக்கிராமத்தில் இருக்கும் பாமர மக்கள் வரை போய் சேர்கிறது! இதை மிக நன்றாக உணர்ந்து வைத்திருக்கும் கலைஞனாக இருக்கிறார் விஜய்சேதுபதி.

சினிமாவில் இமேஜ் எதுவும் பார்க்காமல் கதை, கதாபாத்திரத்தை மட்டுமே பார்த்து நடிக்கச் சம்மதிக்கும் விஜய்சேதுபதி, 'பெண்களை இழிவு படுத்துவது மாதிரியான காட்சிகளிலோ, பெண்களை கலட்டா செய்து, அவர்களைச் சீண்டுவது போன்ற பாடல் காட்சிகளிலோ நடிக்கக் கூடாது' என்பதில் மிகவும் உறுதியாக இருக்கிறார்.

அதைப்போலவே, குழந்தைகளைக் கேலி செய்யும் காட்சிகளிலும் அவர் நடிப்பதில்லை! ஒரு தகப்பன் ஸ்தானத்தில், குழந்தைகளுக்கு ரோல் மாடலாக இருக்க வேண்டும் என்பதே விஜய்சேதுபதியின் விருப்பம்.

விஜய்சேதுபதி வென்ற கதை ▌103

இப்படிச் செய்வது, பெண்களை, குழந்தைகளைக் கவர வேண்டும் என்பதற்காக அல்ல, அந்தச் செயல் தவறு என்று அவர் மனதார நம்புகிறார்.

இதையொரு கொள்கையாகவே அவர், கடைப்பிடித்து வருகிறார். ஆகவே, விஜய்சேதுபதியின் இயக்குநர்கள், படங்களில் பெண்களைச் சீண்டுவது, இழிவுபடுத்துவது மற்றும் குழந்தைகளைக் கேலி செய்வது போன்ற காட்சிகளை வைப்பதே இல்லை!

அதேபோல, கதாநாயகிகள் விஷயத்திலும் ரொம்பவும் கறாராகவே இருக்கிறார் விஜய்சேதுபதி. இதுவரை எந்தக் கதாநாயகிக்கும் அவர் சிபாரிசு செய்ததே கிடையாது! கதைக்கு யார் பொருத்தமாக இருக்கிறாரோ, அந்தக் கதாநாயகியைத் தேர்ந்தெடுக்கும் பொறுப்பை இயக்குநர்களிடமே விட்டு விடுகிறார்!

இதனால்தான் இதுவரை எந்தக் கதாநாயகியையும், விஜய்சேதுபதியுடன் சேர்த்து வைத்து கிசுகிசு வரவில்லை!

ஷோலோ ஹீரோவாக நடிக்கும் படங்களிலேயே கதாநாயகிகள் விஷயத்தில் அதிக ஈடுபாடு காட்டாத அவர், டபுள் ஹீரோ சப்ஜெக்டுகளில் நடிக்கும் படங்களில் தனக்கு ஜோடியே வேண்டாம் என்று இயக்குநர்களிடம் கறாராகச் சொல்லி விடுகிறார்! கதாநாயகியுடன் சேர்ந்து டூயட் பாடாத, மாறுபட்ட ஹீரோவாக நடிக்கவே அவர் ஆசைப்படுகிறார்.

'ஒவ்வொரு படத்திலும் இளசா, புதுசா, ஃபிரஸ்சா இருக்கும் கதாநாயகிகளைக் கொண்டு வாங்க' என

இயக்குநருக்கும், தயாரிப்பாளருக்கும் உத்தரவு போடும் ஹீரோக்கள் மலிந்து கிடக்கும் சினிமா உலகத்தில் விஜய்சேதுபதி ஒரு தினுசான ஆள்தான்!

உதவி இயக்குநர்களை ரொம்பவே மதிப்பார். கதை சொல்ல வரும் உதவி இயக்குநர்களை விரட்டி அடிக்காமல், அவர்களை மதித்து, வரவேற்று உபசரித்து, பொறுமையாகக் கதை கேட்கிறார். அவர்கள் சொல்லும் கதை தனக்குப் பொருத்தமாக இல்லாமல் போனாலோ, அல்லது கால்ஷீட் கொடுக்க முடியாத சூழ்நிலையில் இருந்தாலோ, "உங்க கதைக்கு வேறு எந்த ஹீரோ சரியா வருவார்? என்று கேட்டு, அந்தக் கதை அவருக்குப் பொருத்தமாக இருந்தால், அந்த உதவி இயக்குநருக்காகப் பரிந்துரை செய்கிறார்.

அதேநேரத்தில் அவர் கதைகளைத் தேர்வு செய்வதில் ரொம்பவும் கறாராக இருப்பார்! அவரை,

கதை இம்ப்ரெஸ் செய்ய வேண்டும். கதை சொல்லும்போது ஒரு சுவாரஸ்யம் இருக்க வேண்டும். அந்தக் கதை அவரை முழுமையாக ஈர்க்க வேண்டும். அப்படி இருந்தால்தான் கால்ஷீட்.

அது நண்பர்களாகவே இருந்தாலும் சரி, அறிமுகமே இல்லாத உதவி இயக்குநர்களாக இருந்தாலும் சரி, எல்லோருக்கும் ஒரே ரூல்ஸ்தான்.

இதனால்தான் அவர், சாகச நாயகன் பிம்பம் இல்லாத கதாபாத்திரங்களுக்கான நடிகராகக் கொண்டாடப்பட்டு வருகிறார்.

'சூது கவ்வும்' தாஸ், 'நடுவுல கொஞ்சம் பக்கத்த காணோம்' பிரேம்குமார், 'இதற்குத்தானே ஆசைப்பட்டாய் பாலகுமாரா' சுமார் மூஞ்சி குமாரு, 'பண்ணையாரும் பத்மினியும்' முருகேசன், 'ஆரஞ்சு மிட்டாய்' கைலாசம், 'இறைவி' மைக்கேல், 'காதலும் கடந்து போகும்' கதிர், 'விக்ரம் வேதா'வில் வேதா என சாமானிய மக்களிடமிருந்து எழுந்துவரும் எளிய இளைஞனாக, வாழ்ந்து காட்டிவருகிறார் விஜய்சேதுபதி.

■■

21

பிற மொழிகளில் வரவேற்பு

ஒரு நடிகன் மொழி கடந்து, தனது எல்லையை விரிவுபடுத்தும்போதுதான் அந்த நடிகனின் முழுமை யான பலம் வெளியே தெரிய வருகிறது.

ஒரு நடிகனுக்கு உள்ளூரைத் தாண்டி எல்லை கடந்து, மொழி கடந்து ரசிகர் படை உருவாகியிருக்கும்! ஆகவே வேறுமொழி பேசும் அந்த ரசிகர்களையும் கணக்கில் வைத்து, அந்த நடிகனின் புகழை தேசம் முழுவதும் விரிவுபடுத்தும் நோக்கத்தில் பிறமொழிப் படங்களில் நடிக்க அழைப்பு வரும்.

அந்த வகையில், உள்ளூரைத் தாண்டி, எல்லை கடந்து, மொழி கடந்து ரசிகர் படையைக் கொண்டிருக்கும் விஜய்சேதுபதிக்கு தெலுங்கு மொழி யிலிருந்து அழைப்பு வந்தது. அதுவும், தெலுங்குப் பட உலகில் சூப்பர் ஸ்டாராக இருக்கும் சிரஞ்சீவி உடன் நடிக்கும் அருமையான அழைப்பு! அந்த அழைப்பை அன்போடு ஏற்றுக்கொண்ட விஜய்சேதுபதி, 'சைரா

விஜய்சேதுபதி வென்ற கதை

நரசிம்ம ரெட்டி' என்கிற தெலுங்கு படத்தில் நடிக்க முன்வந்தார்.

வீரபாண்டிய கட்டபொம்மன் மாதிரி, முதல் இந்திய சுதந்திரப் போராட்டத்துக்கு முன்னதாக ஆங்கிலேயரை எதிர்த்துப் போராடிய ஆந்திராவை சேர்ந்த உய்யலவாடா நரசிம்மா ரெட்டி என்கிற ஒரு சிற்றரசனின் கதையே 'சைரா நரசிம்ம ரெட்டி'.

உய்யலவாடா பகுதியின் நிர்வாக மற்றும் இராணுவ ஆட்சியாளராக இருக்கும் நரசிம்மா ரெட்டி தனது குரு கோசாய் வெங்கண்ணாவின் ஆலோசனையின்படி, எப்படி ஒரு போர் வீரராகவும், தலைவராகவும் மாறி குடிமக்களுக்கு நல்லது செய்கிறார் என்கிற உண்மைக் கதையை படம் சொன்னது.

இந்த வரலாறு ஆந்திராவின் எல்லையைக் கடந்து, இந்திய தேசத்துக்குத் தெரிய வேண்டும் என்ற நோக்கத்திலும், நரசிம்மா ரெட்டியின் தியாகம், புகழ் அனைவரையும் சென்று சேர வேண்டும் என்ற ஆசையிலும் 'சைரா நரசிம்மா ரெட்டி' படம் ஒரே நேரத்தில் தெலுங்கு, தமிழ், இந்தி, கன்னடம் போன்ற மொழிகளில் எடுக்கப்பட்டது.

இதில் நரசிம்மா ரெட்டியாக சிரஞ்சீவியும், குரு கோசாய் வெங்கண்ணாவாக அமிதாப்பச்சனும் அற்புதமாக நடித்தனர்.

ராஜபாண்டி என்கிற கதாபாத்திரத்தில் தமிழ் வீரனாக விஜய்சேதுபதி இயல்பாக நடித்திருந்தார்.

இந்தப் படத்தில் நயன்தாரா, அனுஷ்கா, தமன்னா ஆகியோரும் இருந்தனர்.

இந்தப் படத்துக்குக் கிடைத்த மகத்தான வரவேற்புக்குப் பிறகு 'உப்பெனா' என்கிற தெலுங்கு படத்திலும் விஜய்சேதுபதி நடித்தார்.

உப்படா என்கிற கடலோர கிராமத்தில் மீனவ சமூகத்தைச் சேர்ந்த வைஷ்ணவ் தேஜ், அதே கிராமத்துப் பெரும்புள்ளியாக இருக்கும் விஜய் சேதுபதியின் மகள் கீர்த்திஷெட்டியைக் காதலிக்கிறார். சாதிவெறி பிடித்த அப்பா விஜய்சேதுபதியின் வில்லத்தனத்தை மீறி கீர்த்திஷெட்டி காதலனைக்

விஜய்சேதுபதி வென்ற கதை

கைப்பிடித்தாரா என்பதே 'உப்பெனா' சொல்லும் கதை.

சரியான நடிகர், நடிகைகள் அமைந்தாலே அந்தப் படம் பாதி வெற்றி என்பதைப் போல, மூன்று முதன்மைக் கதாபாத்திரங்களிலும் நடிகர், நடிகையைக் கச்சிதமாகத் தேர்வு செய்திருந்தார் இயக்குநர் புச்சிபாபு சனா.

அறிமுகநாயகன் வைஷ்ணவ் தேஜ், நாயகி கீர்த்தி ஷெட்டி இருவரும் காதலர்களாக நடித்திருந்தனர்.

சாதி கவுரவமே முக்கியம் என்ற கொள்கையோடு வாழும் கீர்த்தி ஷெட்டியின் தந்தையாக வந்து, தனது ஒவ்வொரு அசைவிலும் வில்லத்தனத்தைக் காட்டி யிருந்தார் விஜய்சேதுபதி. அவரது நடவடிக்கைகள், அவரின் புகைப்படங்கள் மட்டுமே நிறைந்த அறை, செயலிழந்த மனைவியை கவனிக்காமல் இருப்பது, தந்தையைக் கூட கண்டிப்பது... என்று அந்தக் கதாபாத்திரத்தைச் சிறப்பாகச் செய்து, ரசிகர்களின் கைதட்டலை விஜய்சேதுபதி அள்ளினார்.

தெலுங்குப் பட உலகத்தில் கிடைத்த மகத்தான வரவேற்பைத் தொடர்ந்து, மலையாளக் கரையோரத்தி லிருந்தும் விஜய்சேதுபதிக்கு அழைப்பு வந்தது.

மலையாளப் பட உலகத்தின் முன்னணி நாயகனாக இருக்கும் ஜெயராம் நடித்த 'மார்கோனி மத்தாய்' படத்தின் மூலம் மலையாள சினிமா உலகத்திலும் காலடியெடுத்து வைத்தார் விஜய்சேதுபதி.

ஜெயராம், ஆத்மியா ராஜன், பூர்ணா, ரமேஷ்திலக் ஆகியோர் நடித்திருந்த, இந்தப் படத்தில் விஜய்சேதுபதி, கௌரவ வேடத்தில் நடித்திருந்தார்.

ஓய்வு பெற்ற ராணுவ வீரனாக ஜெயராம் நடித்திருந்தார். படத்தில் இவரது பெயர்தான் மத்தாய். ரேடியோவைக் கண்டுபிடித்த குக்லியல்மோ மார்கோனியை இணைத்து படத்திற்கு 'மார்கோனி மாத்தாய்' என பெயர் வைத்திருந்தார் இயக்குநர் சஜன்.

தெலுங்கு, மலையாளம் என பிற மொழிகளிலும் பின்னிப் பெடலெடுக்கும் விஜய்சேதுபதி, அடுத்ததாக இந்திப்பட உலகத்திலும் அடியெடுத்து வைக்கிறார்.

தமிழில் லோகேஷ் கனகராஜ் இயக்கத்தில் வெளியாகி வெற்றி பெற்ற 'மாநகரம்' படம் இந்தியில்

ரீமேக் ஆகிறது. 'மும்பைகார்' என பெயரிடப்பட்டுள்ள இப்படத்தை பிரபல ஒளிப்பதிவாளரும், இயக்குநருமான சந்தோஷ்சிவன் இயக்குகிறார். இப்படத்தின் மூலம் விஜய்சேதுபதி பாலிவுட் பட உலகத்துக்குள் அடியெடுத்து வைக்கிறார். 'மாநகரம்' படத்தில் முனீஸ்காந்த் ஏற்று நடித்த கதாபாத்திரத்தில் விஜய்சேதுபதி நடிக்கிறார்.

மேலும், இந்தியில் கிஷோர் பாண்டுரங் இயக்கும் 'காந்தி டாக்ஸ்' என்கிற படத்தில் விஜய்சேதுபதி நாயகனாக நடிக்கிறார். இதுவொரு மௌனப் படம் என்பதால், இந்தப் படத்துக்கு ரசிகர்களிடையே எதிர்பார்ப்பு எகிறியிருக்கிறது! இதில் விஜய்சேதுபதி யிடமிருந்து வேறு வகையான நடிப்பை எதிர்பார்க்க முடியும்.

இதுதவிர, 'அந்தாதூன்' இயக்குநரின் அடுத்த படத்தில் நடிக்க விஜய்சேதுபதி ஒப்பந்தமாகி யிருக்கிறார்.

அடுத்து தெலுங்கில் பிரபல ஹீரோவாக இருக்கும் அல்லு அர்ஜுன் நடிக்கும் படத்தில் விஜய்சேதுபதி வில்லனாக நடிக்கிறார்.

கமல்ஹாசனின் 'இந்தியன் 2' படத்தைக் கிடப்பில் போட்டுள்ள இயக்குனர் ஷங்கர், அடுத்ததாக தெலுங்கு நடிகர் ராம்சரணை வைத்து புதிய படம் ஒன்றை இயக்குகிறார்.

பிரபல தெலுங்கு தயாரிப்பாளர் தில் ராஜு தயாரிக்கும் இந்தப் படத்தில், தெலுங்கு சூப்பர் ஸ்டார்

சிரஞ்சீவியும், பாலிவுட் ஹீரோ சல்மான்கானும் நடிக்க உள்ளனர். இந்தப் படத்தில், விஜய்சேதுபதி வில்லனாக நடிக்கிறார்.

மொழி எதுவாக இருந்தாலும், நாயகன், துணைக் கதாபாத்திரம் என்கிற தனது கொள்கையில் அவர் சமரசம் செய்து கொள்வதே இல்லை.

"கதாநாயகனாக நடித்துக் கொண்டிருக்கும்போதே வில்லனாகவும் நடிக்கிறீர்களே?" என, விஜய் சேதுபதியிடம் அடிக்கடி கேட்கப்படுகிறது. அதற்கு,

"இமேஜ் பற்றி நான் கவலைப்படவில்லை. எனக்கு இந்த வில்லன் வேடம் பிடித்து இருக்கிறது. அதனால் நடிக்கிறேன்" என்று மிக நேர்மையாக பதில் அளிக்கிறார்.

22

வரிசை கட்டி நிற்கும் படங்கள்

இன்றைய காலகட்டத்தில், கோலிவுட் ரேசில் வெற்றிகரமான குதிரையாக ஓடிக் கொண்டிருக்கும் விஜய்சேதுபதிக்கு படங்கள் வரிசை கட்டி நிற்கின்றன.

'லாபம்', 'மாமனிதன்', 'யாதும் ஊரே யாவரும் கேளிர்', 'கடைசி விவசாயி', 'துக்ளக் தர்பார்', 'காத்து வாக்குல ரெண்டு காதல்' போன்ற அவரின் படங்கள் ரிலீசுக்குத் தயாராக உள்ளன.

மறைந்த இயக்குநர் எஸ்.பி.ஜனநாதன் இயக்கத்தில் உருவாகி உள்ள படம் 'லாபம்'. இதில் விஜய்சேதுபதிக்கு ஜோடியாக ஸ்ருதிஹாசன் நடித்துள்ளார். ஜெகபதிபாபு, கலையரசன் ஆகியோர் முக்கிய கதாபாத்திரத்தில் நடித்துள்ளனர்.

விஜய்சேதுபதியின் சொந்தத் தயாரிப்பு நிறுவனமான 'விஜய்சேதுபதி புரொடக்ஷன்ஸ்' நிறுவனமும், இயக்குநர் ஆறுமுககுமாரின் '7 சி.எஸ். எண்டர்டெயின்மெண்ட்' நிறுவனமும் இணைந்து

தயாரித்துள்ள இந்தப் படத்துக்கு டி.இமான் இசையமைத்துள்ளார்.

சினிமாவில் துணை நடிகனாக இருந்த தன்னை 'தென்மேற்குப் பருவக்காற்று' படத்தில் ஹீரோவாக உயர்த்தி அழகு பார்த்த இயக்குநர் சீனுராமசாமி இயக்கத்தில் 'தென்மேற்குப் பருவக்காற்று' படத்துக்குப் பிறகு 'தர்மதுரை' என்கிற ஹிட் படத்தில் நடித்த விஜய்சேதுபதி, 'மாமனிதன்' படத்துக்காக சீனு ராமசாமியுடன் மூன்றாவது முறையாக கை கோர்த்திருக்கிறார்.

சீனு ராமசாமி இயக்கத்தில், யுவன் ஷங்கர்ராஜா தயாரித்திருக்கும் 'மாமனிதன்' படத்தில் விஜய் சேதுபதிக்கு ஜோடியாக காயத்ரி நடித்திருக்கிறார். இந்தப் படத்துக்கு இளையராஜாவும், யுவன் சங்கர் ராஜாவும் சேர்ந்து இசையமைத்துள்ளனர்.

இயக்குநர் ஜனநாதனிடம் பல படங்களில் உதவி இயக்குநராக இருந்த வெங்கட கிருஷ்ண ரோகாந்த்

இயக்கத்தில், விஜய்சேதுபதி நடித்திருக்கும் 'யாதும் ஊரே யாவரும் கேளிர்'. படத்தில் மேகா ஆகாஷ் நாயகியாக நடித்திருக்கிறார். இதில் பிரபல இயக்குநர் மகிழ்திருமேனி வில்லனாக வருகிறார்.

அரசியல் சாடல்களுடன், அறிமுக இயக்குநர் டெல்லி பிரசாத் தீனதயாளன் இயக்கத்தில் உருவாகியிருக்கும் 'துக்ளக் தர்பார்'. படத்தில் விஜய்சேதுபதி உடன் பார்த்திபன், அதிதிராவ், மஞ்சிமா மோகன், கருணாகரன், பக்ஸ் பெருமாள் ஆகியோரும் நடித்துள்ளனர்.

'நானும் ரௌடிதான்' படத்துக்குப் பிறகு விஜய்சேதுபதி, நயன்தாரா, இயக்குநர் விக்னேஷ் சிவன் கூட்டணியில் உருவாகியிருக்கும் 'காத்துவாக்குல ரெண்டு காதல்' படமும் இந்தப் பட்டியலில் இடம் பெறுகிறது.

தேசிய விருது வென்ற 'காக்கா முட்டை' பட இயக்குநர் மணிகண்டன் இயக்கத்தில் ஏற்கனவே 'ஆண்டவன் கட்டளை' படத்தில் நடித்த விஜய் சேதுபதி, இப்போது 'கடைசி விவசாயி' என்கிற படத்தில் நடித்துள்ளார். விவசாயிகளின் பிரச்சனையைப் பேசும் இந்தப் படத்தில் விஜய்சேதுபதி மனநலம் பாதிக்கப்பட்டவராக வருகிறார்.

ஷிப்ட் முறையில் கால்ஷீட் ஒதுக்கிக் கொடுத்து, ஒரு நாளைக்கு இரண்டு, மூன்று படங்களில் நடித்துக் கொண்டிருக்கும் விஜய்சேதுபதி புதிய படங்களில் நடிக்கவும் ஒப்புக்கொண்டு வருகிறார்.

'வருத்தப்படாத வாலிபர் சங்கம்', 'ரஜினி முருகன்', 'சீமராஜா' படங்களைக் கொடுத்த பொன்ராம்

இயக்கத்தில் நடிக்க ஒப்பந்தம் ஆகியிருக்கிறார். பக்கா கமர்ஷியல் பேனரில், விஜய்சேதுபதியின் 46-வது படமாக உருவாகும் இந்தப் படத்தில் விஜய்சேதுபதி, போலீஸ் அதிகாரியாக நடிக்க உள்ளார்.

வெற்றிமாறன், எல்ரெட்குமார் இருவரின் தயாரிப்பில் உருவாகி வரும் படம் 'விடுதலை'. இதில் காமெடி நடிகர் சூரி ஹீரோவாக நடிக்கிறார். இந்தப் படத்தில் விஜய்சேதுபதி, வாத்தியாராக ஒரு முக்கிய கதாபாத்திரம் ஏற்று நடிக்கிறார். பவானிஸ்ரீ நாயகியாக நடிக்க, இந்தப் படத்துக்கு இளையராஜா இசையமைக்கிறார்.

23

சமூக அக்கறை

ஒரு கலைஞன் என்பவன் சமூகத்திலிருந்து தனக்குரிய சன்மானம், புகழ் ஆகியவற்றைப் பெறுகிறான். ஆகவே, அவன் இந்தச் சமூகத்திற்கு அளிக்கக்கூடிய பங்களிப்பு மிகவும் பெரியதாகக் கருதப்படுகிறது! அவன் தனக்கு கிடைத்த சன்மானத்திற்கும், புகழுக்கும், கிடைத்த வாழ்க்கைக்கும் நன்றிக் கடன் பட்டிருக்கிறான் இந்த மனித குலத்திற்கு!

எனவே, தன் உழைப்பில் வரும் வியர்வை சிந்தி சம்பாதிக்கும் பணத்தைப் பயனுள்ளதாக, ஏதாவது நல்ல காரியங்களுக்குச் செலவு செய்ய வேண்டும். இதை நன்கு உணர்ந்த கலைஞனாக, சமூக அக்கறையோடு செயல்படும் கலைஞனாக இருக்கிறார் விஜய்சேதுபதி.

தந்தை காளிமுத்து, தாய் சரஸ்வதி இருவரின் முதல் எழுத்தில் 'காச' என்கிற அறக்கட்டளையைத் தொடங்கியிருக்கும் விஜய்சேதுபதி, அந்த அறக் கட்டளை மூலமாக மருத்துவம், கல்வி, திருமணம்

விஜய்சேதுபதி வென்ற கதை

சார்த்த உதவிகளைச் செய்து வருகிறார். இந்த அறக்கட்டளை சார்பில் திருநங்கைகளுக்கும் தேவையான உதவிகளையும் செய்கிறார்.

சினிமாவில் முன்னணி நட்சத்திரமாக வலம் வரும் விஜய்சேதுபதி, தனது பரபரப்பான சினிமா வாழ்க்கைக்கு நடுவே அவ்வப்போது எழும் சமூகப் பிரச்சனைகளுக்காகக் குரல் கொடுக்கவும் செய்கிறார்.

வெறும் குரல் கொடுப்பதோடு மட்டும் நின்றுவிடாமல் சமூக அக்கறையோடு விழிப்புணர்வு நிகழ்ச்சிகளில் கலந்து கொண்டு, தாராளமாக .உதவிகள் செய்தும் வருகிறார்..

சமூகப் பிரச்சனைகள் குறித்தும் தயக்கம் ஏதும் இல்லாமல், துணிச்சலாக தனது கருத்துக்களை சொல்பவராக இருக்கும் விஜய்சேதுபதி, நீட் தேர்வால் டாக்டராக முடியாமல் தற்கொலை செய்துகொண்ட அரியலூரைச் சேர்ந்த மருத்துவ மாணவி அனிதாவுக்கு ஆதரவாகக் குரல் கொடுத்தார்.

அத்துடன் மாணவி அனிதாவின் நினைவாக, ஏழைக் குழந்தைகளின் கல்விக்காக, தனது சொந்தப் பணத்தில் 50 லட்சத்தை நிதியுதவியாக வழங்கியிருக் கிறார் விஜய்சேதுபதி.

எல்லா விளம்பரப் படங்களிலும் நடிக்காமல் தேர்ந்தெடுத்து நடித்து வரும் விஜய்சேதுபதி, அணில் சேமியா விளம்பரத்தில் நடித்து, அதற்காகப் பெற்ற ஊதியத்தின் ஒரு பகுதியை, ஏழைக் குழந்தைகளின் கல்விக்காக செலவிடப் போவதாக அறிவித்தார்.

அதன்படி, கல்வியில் பின்தங்கிய மாவட்டமான அரியலூரில் உள்ள 774 அங்கன்வாடிகளுக்கு தலா 5 ஆயிரம் ரூபாய் வீதம் 38 லட்சத்து 70 ஆயிரம் ரூபாயும், தமிழ்நாட்டில் உள்ள 10 அரசு பார்வையற்றோர் பள்ளிகளுக்கு தலா 50 ஆயிரம் ரூபாய் வீதம் 5 லட்ச ரூபாயும், தமிழ்நாட்டில் உள்ள 11 அரசு செவித்திறன் குறைந்தோர் பள்ளிகளுக்கு தலா 50 ஆயிரம் ரூபாய் வீதம் 5 லட்சத்து 50 ஆயிரம் ரூபாயும், அரியலூர் மாவட்டத்தில் உள்ள அரசு உதவிபெறும் ஹெலன் ஹெல்லர் செவித்திறன் குறைந்தோர் பள்ளிக்கு 50 ஆயிரம் ரூபாய் என மொத்தம் 49 லட்சத்து 70 ஆயிரம் ரூபாய் நிதியுதவியாக வழங்கியிருக்கிறார் விஜய்சேதுபதி.

விஜய்சேதுபதி வென்ற கதை

அரியலூரைச் சேர்ந்த மருத்துவ மாணவி அனிதாவின் நினைவாக இந்த நிதியுதவியை அவர் செய்திருக்கிறார்.

திரையில் ஒரு நட்சத்திரம் மின்னுவதற்கு, தொழிலாளர்களின் ஒத்துழைப்பும், உழைப்பும் ரொம்பவும் முக்கியம். சினிமாவுக்காக உழைக்கும் தொழிலாளர்கள் மீது உயிரையே வைத்திருக்கும் விஜய்சேதுபதி, அந்தத் தொழிலாளர்களின் குடும்பத்துக்கு மருத்துவ உதவி, குழந்தைகளுக்குக் கல்விஉதவி, திருமண உதவிகளைத் தாராளமாக செய்து வருகிறார்.

சினிமா உலகத்தில் 'பெப்சி' என்று சொல்லப்படும் தென்னிந்திய திரைப்பட சம்மேளனத்துக்கு தமிழக அரசு வழங்கிய இடத்தில் அந்த தொழிலாளர்கள் வீடுகட்டுவதற்கு பெரிய தொகை தேவைப்படுவதால், ஒரு படம் எடுப்பதென முடிவு செய்த 'பெப்சி' நிர்வாகிகள், விஜய்சேதுபதியை அணுகி, 7 நாட்கள் கால்ஷீட் கேட்டார்கள்.

அவர்களின் நோக்கத்தைப் புரிந்துகொண்ட விஜய்சேதுபதி, "நான் தேதி கொடுக்கறதுல எந்த பிரச்சனையும் இல்ல! ஆனா, தயாரிப்பாளர் அதை சரியாப் பயன்டுத்தாமப் போனா உங்க முயற்சி வீண் ஆகிடுமே! உங்களுக்கு பணம் வேணுமா? கால்ஷீட் வேணுமா?" என்று சொல்ல, மகிழ்ந்த 'பெப்சி' நிர்வாகிகள், சார், எங்களுக்கு பணம்தான் முக்கியம்! ஆனா, எங்களோட எதிர்பார்ப்பு அதிகமா இருக்கே!" என்றுகூற, "எவ்வளவு ஆனாலும் பரவாயில்ல, எனக்கு ஆறு மாசம் டைம் கொடுங்க, வேலை

ஆரம்பிக்கும்போது நீங்க கேட்ட தொகையை நன்கொடையாக் கொடுத்துர்றேன்" என்றார்.

அதன்படி, 'பெப்சி' தொழிலாளர்களுக்காக உருவாக இருக்கும் வீடு கட்டும் பணிக்காக, ஒரு கோடி ரூபாயை நன்கொடையாக வழங்கினார் விஜய்சேதுபதி.

திரையுலகில் கவனிக்கத்தக்க பங்களிப்பைத் தந்திருக்கும் 100 சமகாலக் கலைஞர்களுக்குப் பாராட்டுவிழா எடுத்து, அவர்களுக்கு மறைந்த இயக்குநர் எஸ்.பி.ஜனநாதன் மூலம், தலா ஒரு சவரன் தங்கப்பதக்கம் வழங்கிக் கவுரவப்படுத்திய பொன்மனம் படைத்தவராக இருக்கிறார்.

அவர் வளர்ந்து வரும் நேரத்தில் கை கொடுத்த சின்னத்திரையையும் அவர் மறக்கவில்லை. சின்னத்திரை

நடிகர்கள் சங்க வளர்ச்சிக்காக மலேசியாவில் நடத்தப்பட்ட கலைநிகழ்ச்சியில் எந்தப் பிரதிபலனும் பார்க்காமல், அதில் பங்கேற்றார். அதன்மூலம் ஒரு பெரிய தொகை வசூலாகக் காரணமாக இருந்தார்.

சினிமா மூலமாக மிகச் சிறந்த நடிகனாக உருவாகலாம், திறமையான இயக்குநராக உருவாகலாம், நல்ல இசை மெட்டுக்களைத் தரும் இசையமைப் பாளராக உருவாகலாம், ஹிட் படங்களைக் கொடுத்து பணத்தைக் குவிக்கும் தயாரிப்பாளராக உருவாகலாம், ஆனால் நல்ல மனிதனாக உருவாக முடியாது!

அடுத்தவருக்கு உதவும் நல்ல குணமும், ஏழ்மை கண்டு இரங்கும் மனிதநேயமும் ரத்தத்திலேயே கலந்திருக்க வேண்டும். சினிமாவில் அப்படிப்பட்ட வொரு மனிதனைக் காண்பது அபூர்வம்.

அந்த அபூர்வ மனிதனாக இருக்கிறார் விஜய்சேதுபதி. சினிமாவில் சிறந்த நடிகனாக வலம் வரும் விஜய்சேதுபதி, தன் தாய் - தந்தை பெயரில் அறக்கட்டளையை நிறுவி, அதன் மூலமாக பல நற்காரியங்களை செய்து தன்னையொரு சிறந்த மனிதனாகவும் அடையாளம் காட்டுகிறார்.

சினிமாவின் மீது தீராத காதல் கொண்டு, போராடி வெற்றி பெற்ற பிறகு, பணத்தைப் பதுக்கிக் கொள்ளாமல், மனதைச் சுருக்கிக் கொள்ளாமல், விரிந்து பரந்த எண்ணங்களோடு, இந்த சமூகத்துக்கு உதவும் வகையில், பல நற்காரியங்களுக்கு தாராளமாக உதவுகிறார்.

'உழைப்பால், தான் சேர்த்த செல்வத்தை மற்றவர்களுக்கும் வழங்க வேண்டும்' என்கிற அந்த எண்ணமும், அவரால் உதவி பெற்றவர்களின் வாழ்த்தும்தான் விஜய்சேதுபதியை வெற்றிநாயகனாக மாற்றியிருக்கிறது.

"நம்மள சுத்தி இருக்கறவங்க நல்லா இருக்கணும்னு நெனச்சாலே, நமக்கு எல்லாமே நல்லதா நடக்கும்."

வருமானத்தில் முக்கால்வாசியை ஏழை எளியவர்களின் கல்விக்கும், கஷ்டப் படுகிறவர்களுக்கும் வழங்குகிறார். நெருங்கிய நண்பர்கள், 'ஏண்டா இப்படி செய்ற?' என்று கேட்டால், "நான் சினிமால கோடி கணக்குல சம்பளம் வாங்குவேன்னு தெரியுமா? மக்கள்

கொடுக்கறாங்க, அத மக்களுக்கே கொடுக்கிறேன். தாராளமா கொடுத்தா, ஏராளமா வரும்னு நம்பறேன்" என்று சொல்கிறார்.

நடித்தோமா, பணம் - காசு சேர்த்தோமா, படம் ரிலீஸ் ஆகும்போது ரசிகர் மன்றங்களை உற்சாகப் படுத்தினோமா, ரசிகர்களோடு நின்று போட்டோ எடுத்து அவர்களைக் குஷிப்படுத்தினோமா என்று சுயநலமாக, சுருங்கிய மனதோடு இருக்கும் நடிகர்களுக்கு நடுவே விஜய்சேதுபதி, வித்தியாசமான நட்சத்திரம்தான்!

24

மாறுபட்ட ரசிகர்கள்

தமிழ்ரசிகர்கள், சினிமாவை ரசிப்பதோடு மட்டுமல்லாமல், அதைக் கொண்டாடுபவர்களாகவும் இருக்கிறார்கள்! அவர்களுக்கு, ஒரு முகத்தைப் பிடித்துவிட்டால் போதும் நதிமூலம், ரிஷிமூலம் எதுவும் பார்க்காமல் உயரத்தில் உட்காரவைத்து அழகு பார்ப்பார்கள்!

எம்.ஜி.ராமச்சந்திரன் என்கிற எம்.ஜி.ஆரை 'மக்கள் திலகம்' ஆக்கியதும், சிவாஜிராவ் என்கிற ரஜினிகாந்த்தை 'சூப்பர் ஸ்டார்' ஆக்கியதும் தமிழ் சினிமா ரசிகர்கள் நிகழ்த்திக் காட்டிய மாபெரும் மேஜிக்! அந்தவரிசையில், இன்றைக்கு ரசிகர்களின் மனம் நிறைந்த 'மாஸ் ஹீரோ'வாக உயர்ந்து நிற்கிறார், 'மக்கள் செல்வன்' விஜய்சேதுபதி!

பிசியான நடிகராக வலம் வரும் விஜய்சேதுபதி, ரசிகர்கள் மீது தீராத அன்பு கொண்டவர். அவர்களைத் தனது சொந்த சகோதரர்களாகவே கருதி அன்பு

விஜய்சேதுபதி வென்ற கதை

செலுத்துகிறவர். 'முதலில் குடும்பம், பிறகுதான் மன்றம்' எனத் தனது ரசிகர்களுக்கு கட்டளை போட்டிருக்கிறார். மேலும், தன் பெயரில் இயங்கும் அந்த மன்றம் வெறும் ரசிகர் மன்றமாக இல்லாமல் அது, நற்பணி இயக்கமாக செயல்பட வேண்டுமெனவும் கறாராகச் சொல்லியிருக்கிறார் விஜய்சேதுபதி.

விஜய்சேதுபதியின் இந்தக் கட்டளையை எல்லோருமே மதித்து நடக்கின்றனர். குடும்பத் தேவைகளைப் பூர்த்தி செய்தபிறகே மன்ற வேலைகளில் ஈடுபடுகின்றனர்.

நற்பணிகளுக்கான செலவுகளுக்காக, ரசிகர்கள் தங்களது குடும்பத்தினரைத் தொந்தரவு செய்யக் கூடாது என்பதற்காக, விஜய்சேதுபதியே அவர்களுக்குப் பல்வேறு உதவிகளையும் செய்து வருகிறார்.

நிஜ வாழ்க்கையில் தனது சொந்தப் பிரச்சனைகளைத் துணிச்சலோடு எதிர்கொள்ளும் விஜய்சேதுபதி, தனது ரசிகர்களிடம் "நான் உட்பட எந்த நடிகரையும் பின்பற்றாதீர்கள்" என்று பட்டவர்த்தனமாகவே கூறியிருக்கிறார்.

அவரைப் போலவே, அவரின் ரசிகர்களும் மாறுபட்டவர்களாகவே இருக்கின்றனர்! கட் அவுட் வைப்பது, பாலாபிஷேகம் செய்வது, ஆதர்ஷ ஹீரோ திரையில் தோன்றும்போது விசில் அடிப்பது... போன்ற வேலைகளில் இறங்கும் சராசரி ரசிகர்களாக அவர்கள் இல்லை! மேலும், விஜய்சேதுபதி பெயரில் தொடங்கியிருக்கும் அந்த நற்பணி மன்றம் மூலமாக பல்வேறு நற்பணிகளையும் செய்து வருகின்றனர்.

விஜய்சேதுபதியின் பிறந்தநாளான ஜனவரி 16 அன்று, கண்தானம் செய்வது, உடல் உறுப்பு தானம் செய்வது, ஏழை - எளியோருக்கு அன்னதானம் வழங்குவது... போன்ற சமூக விழிப்புணர்வு நிகழ்ச்சிகள் மூலமாக, மற்ற ரசிகர்களுக்கு முன்மாதிரியாக இருக்கின்றனர்.

இந்த ஆண்டு, விஜய்சேதுபதியின் பிறந்த நாளான ஜனவரி 16 அன்று, திருச்சியை சேர்ந்த விஜய்சேதுபதி ரசிகர் நற்பணி மன்றத்தைச் சேர்ந்த 202 பேர், தங்களது குடும்பத்தினரின் அனுமதியைப் பெற்று, அங்குள்ள அரசு மருத்துவமனையில் உடல் உறுப்பு தானம் செய்து அசத்தியுள்ளனர்.

விஜய்சேதுபதி ரசிகர் நற்பணி மன்றத்தினர் ஒரே நாளில் 202 நபர்கள் உடல் உறுப்பு தானம் செய்த இந்த நிகழ்வானது, வருடம் முழுவதும் உடல் உறுப்பு தானம் செய்தவர்களின் மொத்த எண்ணிக்கையைக் காட்டிலும் அதிகம்!

சமீபத்தில், விஜய்சேதுபதியின் தீவிர ரசிகர் ஒருவர், அவரை நேரில் சந்தித்து, தனது குழந்தைக்கு பெயர் வைக்குமாறு விஜய் சேதுபதியிடம் கேட்டுள்ளார். அந்த ரசிகனின் அன்பான கோரிக்கையை ஏற்று, அந்த ஆண் குழந்தைக்கு துருவன் எனப் பெயர் சூட்டினார் விஜய்சேதுபதி.

25

சர்ச்சைகள் சங்கடங்கள்

காய்ச்ச மரம்தானே கல்லடி படும்! பிரபலம் என்றாலே பிராப்ளம்தானே! முட்டி மோதி, தன் முயற்சியால் முதல் வரிசைக்கு வந்திருக்கும் விஜய்சேதுபதியின் வளர்ச்சியைப் பொறுக்காத சிலர் அவர் மீது கல்லடியும், சொல்லடியும் வீசுகின்றனர்.

அவரின் ஒவ்வொரு அசைவையும் கவனித்துக் கொண்டிருக்கும் சிலர், 'விஜய்சேதுபதி எங்கே இடறுகிறார்' எனப் பார்த்து, உடனே அதை விவாதப் பொருளாக மாற்றுகின்றனர்.

சினிமா, கிரிக்கெட் இதைத் தாண்டி அரசியல் இந்தத் துறைகளில் சாதிப்பவர்களைத்தான் ஹீரோவாக இந்த சமூகம் பார்க்கிறது. ஆனால், எங்கோ ஒரு குக்கிராமத்தில் கல்வித் துறையில், சமூக சேவையில் தங்களை ஈடுபடுத்திக் கொண்டு, ரியல் ஹீரோவாக இருப்பவர்களை அடையாளம் கண்டு, அவர்களை வெளிச்சத்துக்குக் கொண்டுவரும் விதத்தில் சன்

விஜய்சேதுபதி வென்ற கதை

தொலைக்காட்சியில் இடம்பெற்ற 'நம்ம ஊரு ஹீரோ' என்கிற நிகழ்ச்சியைத் தொகுத்து வழங்கினார் விஜய்சேதுபதி.

மறைந்த காமெடி நடிகர் கிரேஸி மோகன், ஒரு மேடையில் சொன்ன ஒரு விஷயத்தை, 'நம்ம ஊரு ஹீரோ' நிகழ்ச்சியில், ஒரு கதையாக விஜய்சேதுபதி சொன்னார், இது பெரிய சர்ச்சையாக மாறியது!

கோவிலுக்குச் சென்ற தாத்தாவும், பேரனும் அங்கே சாமிக்கு அபிஷேகம் நடப்பதைப் பார்த்தபடி இருந்தனர். குருக்கள், முதலில் சாமியைக் குளிக்க வைத்தார். அதைக் கவனித்த குழந்தை, 'என்ன நடக்கிறது?' எனக் கேட்க, அதற்கு தாத்தா, சாமிய குளிக்க வைக்கிறாங்க' என்றார்.

பின்னர் அபிஷேகத்துக்குத் தயாரான குருக்கள் திரை போட்டு மூடினார். அப்போது, 'இப்ப என்ன நடக்குது?' எனக் குழந்தை கேட்க, அதற்கு தாத்தா, 'குளிச்சு முடிச்ச சாமி இப்போ உடைமாற்றப் போகிறது' என்றார். 'என்ன தாத்தா குளித்ததையே காட்டினாங்க, ஆனா, உடை மாற்றும்போது திரை போட்டு மூடிட்டாங்களே?' என்றது அந்தக் குழந்தை!

இந்தச் சம்பவத்தை விஜய்சேதுபதி, அந்த நிகழ்ச்சியில் சொல்லப்போக, அது சர்ச்சையாக மாறியது.

நடிகர் விஜய்சேதுபதி, இந்துக் கடவுளை அவமதிக்கும் விதத்தில் பேசியுள்ளதாக, சென்னை காவல் ஆணையர் அலுவலகத்தில் விஜய்சேதுபதி மீது இந்து மகா சபா சார்பில் புகார் அளிக்கப்பட்டது.

குறிப்பிட்ட சில விளம்பரப் படங்களில் மட்டுமே நடிக்கும் விஜய்சேதுபதி, 'மண்டி' என்ற செயலியை மக்களுக்குக் கொண்டு செல்வதற்காக ஒரு விளம்பரம் ஒன்றில் நடித்திருந்தார்.

இந்த விளம்பரம், அடுத்த சர்ச்சைக்கான ஆரம்பப் புள்ளியானது!

'இந்த விளம்பரம் சிறு, குறு வியாபாரிகளை பாதிப்பதாகவும், ஆன்லைன் வர்த்தகத்துக்கு விஜய்சேதுபதி துணை போவதாகவும், அந்த விளம்பரத்தில் இருந்து விஜய்சேதுபதி உடனே விலக வேண்டுமெனவும்' கூறி, வணிகர் சங்க பேரமைப்பு

விஜய்சேதுபதி வென்ற கதை

சார்பில், ஆழ்வார் திருநகரில் உள்ள அவரது அலுவலகம் முன்பு போராட்டம் நடத்தப்பட்டது.

'மாஸ்டர்' படம் வெளியான சமயத்தில், நடிகர் விஜய் வீட்டில் வருமான வரி சோதனை நடந்தது. இந்த சம்பவத்துடன் தொடர்புபடுத்தி, 'விஜய்சேதுபதி மதமாற்றம் செய்யப்பட்டார்' என்றொரு வதந்தி, சமூக வலைத்தளங்களில் கிளம்பியது.

தமிழகத்தில், கிறித்துவ மதமாற்றத்தை மறைந்த கல்வியாளர் ஜேப்பியாரின் மகள் ரெஜினா நடத்தி வருவதாகவும், அதில் நடிகர்களை அவர் ஈடுபடுத்தி யுள்ளதாகவும், இந்த மதமாற்ற நடவடிக்கையின் ஒரு அங்கமாக நடிகர்கள் விஜய்சேதுபதி, ஆர்யா, ரமேஷ்கண்ணா, நடிகை ஆர்த்தி ஆகியோர் 'மதமாற்றம் செய்யப்பட்டதாகவும்' வாட்ஸ் அப், டிவிட்டர், ஃபேஸ்புக் போன்ற சமூக வலைத்தளங்களில் வதந்தி பரவியது.

அதுவரை தனது நடவடிக்கைகள் சம்பந்தமாக எழுந்த சர்சைகளுக்கு எந்த ரியாக்ஷனும் காட்டாமல் இருந்த விஜய்சேதுபதி, 'மதமாற்றம்' சார்ந்த இந்த சர்ச்சையால் கடுப்பானார். 'போயி வேற வேலை இருந்தா பாருங்கடா' என்று, தனது ட்விட்டர் பக்கத்தில் கொஞ்சம் காட்டமாகவே தன் எதிர்ப்பைப் பதிவு செய்தார். இதையடுத்து அந்த வதந்தி அடங்கியது!

இலங்கை கிரிக்கெட் அணியின் நட்சத்திர வீரர் முத்தையா முரளிதரனின் வாழ்க்கை வரலாற்றுத் திரைப்படத்தில் விஜய்சேதுபதி நடிக்க ஒப்பந்தமானார்.

'800' என்கிற டைட்டிலில், ஸ்ரீபதி என்பவர் இயக்கயிருந்த இந்தப் படத்தில் விஜய்சேதுபதி, முத்தையா முரளிதரனாக நடிக்க இருந்தார். அதற்கான ஃபர்ஸ்ட் லுக் வெளியிடப்பட்டது.

இதன் படப்பிடிப்பு தொடங்கும் முன்பே பெரும் சர்ச்சையைக் கிளப்பியது. 'சிங்கள ஆதரவாளராக இருந்து ஈழத் தமிழர்களை எதிர்த்த முத்தையா முரளிதரனின் கதாபாத்திரத்தில் விஜய்சேதுபதி நடிக்கக் கூடாதென' எதிர்ப்புக் குரல் கிளம்பியது!

இலங்கை, புலம்பெயர் நாடுகள், தமிழகம் என உலகம் முழுவதும் விஜய்சேதுபதிக்கு எதிராகக் கண்டனம் எழுந்தது. சமூக வலைதளங்களில் இது வலுவாக எதிரொலித்தது.

'இது கிரிக்கெட் வீரரின் வாழ்க்கை வரலாற்றுப் படமே தவிர, இதில் அரசியல் கிடையாது, ஈழத் தமிழர்களின் விடுதலைப் போராட்டத்தைச் சிறுமைப்படுத்தும் காட்சிகள் எதுவும் படத்தில் இருக்காது' என்று பட நிறுவனம் சார்பில் விளக்கம் அளிக்கப்பட்டது.

ஆனாலும் எதிர்ப்புக் குரல் அடங்கவே இல்லை! திரை உலகத்திலிருந்தும் பலமான எதிர்ப்புக் கிளம்பியது.

விஜய்சேதுபதியை ஹீரோவாக்கிய இயக்குநர் சீனுராமசாமி, 'இயக்குநர் இமயம்' பாரதிராஜா, சேரன், கவிஞர் தாமரை போன்றவர்கள், 'இதில் விஜய்சேதுபதி நடிக்க வேண்டாம்' என்று வேண்டுகோள் வைத்தனர்.

விஜய்சேதுபதி வென்ற கதை

கவிஞர் தாமரை, 'சிறந்த நடிப்புக் கலைஞரான உங்களுடைய தோற்றப் பொருத்தம் இன்னொருவருக்கானது! அதை ஏற்று நடியுங்கள். தேசியத் தலைவர் மாவீரர் பிரபாகரனின் வாழ்க்கை படமாகும் நாள் தொலைவில் இல்லை' என தனது முகநூலில் உருக்கமான ஒரு பதிவை வெளியிட்டார்.

'800' படத்துக்கு இப்படியொரு எதிர்ப்புக் கிளம்பும் என்று விஜய்சேதுபதி கொஞ்சமும் எதிர்பார்க்கவில்லை!

இந்த சர்ச்சையால், விஜய்சேதுபதி நடித்து வரும் மற்ற படங்களுக்கும் சிக்கல் உருவாகுமோ என்கிற அச்சத்தில் தயாரிப்பாளர்கள் இருந்தனர்.

பல தரப்பில் இருந்து கண்டனங்கள் எழுந்ததால், 'படத்தைக் கைவிடும்படி' முத்தையா முரளிதரனே, விஜய்சேதுபதியை அறிவுறுத்தினார். இதனால், '800' படத்திலிருந்து பின் வாங்கினார் விஜய்சேதுபதி.

■■

26

விருதுகள் வெகுமதிகள்

ஒரு கலைஞனின் உழைப்பை அங்கீகாரம் செய்யும் விதமாக, அந்தக் கலைஞன் சிந்திய வியர்வைக்கு வெகுமதியாகவே விருதுகள் வழங்கப் படுகின்றன. அந்த விருதுகள்தான் அந்தக் கலைஞனை விழாமல் தாங்கிப் பிடிக்கின்றன.

மக்கள் செல்வாக்குடன் வலம் வரும் மக்கள் செலவனாக இருக்கும் விஜய்சேதுபதி, குறும்படத்தில் நடித்தபோதே சிறந்த நடிகருக்கான விருதைப் பெற்றிருக்கிறார்.

'தென்மேற்குப் பருவக்காற்று' படத்தில், ஹீரோ கிரீடம் சூடிக்கொண்ட விஜய்சேதுபதி, அந்தப் படம் வெளிவரும் முன்பே 'சுந்தரபாண்டியன்' படத்தில் வில்லனாக நடிக்க ஒப்பந்தமானார். 'சுந்தரபாண்டியன்' படத்தில் சசிகுமாருடன் மோதும் வில்லன் நடிப்புக்கு நல்ல வரவேற்பு இருந்தது. ஜெகன் என்கிற கேரக்டரில் சில சீன்களே வந்து மிரட்டலான நடிப்பைக் காட்டிய

விஜய்சேதுபதி, அந்த ஆண்டின் சிறந்த வில்லன் நடிகருக்கான தமிழக அரசின் விருதைப் பெற்றார்.

தமிழ் சினிமாவில் தனது இயல்பான நடிப்பின் வாயிலாக மக்கள் செல்வாக்கைப் பெற்று, ரசிகர்களின் பேராதரவால் நட்சத்திர அந்தஸ்துக்கு உயர்ந்த விஜய்சேதுபதி, 'சூப்பர் டீலக்ஸ்' படத்தில் படம் முழுவதும் திருநங்கையாகவே தோன்றி ஆச்சரியப் படுத்தினார்.

எந்த ஹீரோவும் செய்யத் துணியாத இந்த அசாத்திய துணிச்சலை மெச்சும் விதமாக, 2019-ம் ஆண்டுக்கான தேசிய விருதுப் பட்டியலில் விஜய்சேதுபதி இடம் பிடித்தார்.

'சூப்பர் டீலக்ஸ்' படத்தில் திருநங்கையின் வலிகளை, வேதனைகளை நம்பகத்தன்மையுடன், மிகவும் யதார்த்தம் நிறைந்த நடிப்பின் மூலமாகக் கொண்டு வந்த விஜய்சேதுபதிக்கு, சிறந்த துணை நடிகருக்கான தேசிய விருது கிடைத்தது.

சினிமாவை வியாபார நோக்கத்தில் அணுகாமல், அதைச் சாமானிய மக்களின் வாழ்க்கையை சொல்ல உதவும் சிறந்த சாதனமாகக் கருதும் கலைஞனாக இருக்கும் விஜய்சேதுபதி, மலையும், மலை சார்ந்த பகுதிகளில் வாழும் சாமானிய மக்களின் வாழ்க்கையைப் பேசிய 'மேற்குத் தொடர்ச்சிமலை' படத்தைத் தயாரித்தார்.

கூலித் தொழிலாளியாக இருக்கும் ஒருவன், சிறிதாக ஒரு நிலத்தை சொந்தமாக வாங்கி, அதில் விவசாயம் செய்ய நினைத்தால், இந்தச் சமுதாயம் அவனுக்கு எப்படியெல்லாம் குடைச்சல் கொடுக்கிறது என்கிற நல்ல கருத்தை சொன்ன இந்தப் படம், சர்வதேச அளவில் பல விருதுகளை வென்றது. ஒரு தயாரிப்பாளராக விஜய்சேதுபதிக்கு பாராட்டுக்களும், விருதுகளும் குவிந்தன.

ஒரு நடிகன், மக்கள் செல்வாக்குடன் முன்னணி ஹீரோவாக மாறிய பிறகு, அந்த நடிகனின் பெயருக்கு முன்னால் கட்டாயம் ஏதாவதொரு அடைமொழி

போட்டே ஆகவேண்டும். இதுதான் சினிமா உலக சம்பிரதாயம்!

அதன்படி, ஒரு துணை நடிகனாக இருந்த விஜய்சேதுபதியை, 'தென்மேற்குப் பருவக்காற்று' படத்தில் ஹீரோவாக உயர்த்தி அழகுபார்த்த இயக்குநர் சீனுராமசாமி, 'விஜய்சேதுபதிக்கு என்ன மாதிரியான அடைமொழியைக் கொடுக்கலாம்' எனத் தீவிரமாக சிந்தித்து, அவருக்கு 'மக்கள் செல்வன்' என்கிற பட்டத்தை வழங்கினார்.

இதை அவர் அறிவித்தபோது, 'பட்டம்லாம் வேண்டாம் சார்' என விஜய்சேதுபதி கூச்சத்துடன் மறுக்க, 'இந்தப் பட்டம் உன்னோட நடிப்புக்கு இல்ல,

உன்னோட குணத்துக்கு' என சீனுராமசாமி சொல்ல, பிறகு அதை ஏற்றுக் கொண்டார். அப்போதிருந்து விஜய்சேதுபதி, தன் பெயருக்கு முன்னால் 'மக்கள் செல்வன்' என்கிற அடைமொழியைப் போட்டுக் கொண்டார். மக்கள் செல்வாக்கும், நற்பண்புகளும் நிறைந்த விஜய் சேதுபதிக்கு, இந்தப் பட்டம் மிகவும் பொருத்தமாக அமைந்துவிட்டது.

தமிழர் திருநாளையொட்டி பெரியார் பெயரில் ஆண்டுதோறும் விருதுகள் வழங்கப்படுகிறது. 2020-ஆம் ஆண்டு, விஜய்சேதுப்திக்கு பெரியார் விருதும், 'வித்தக வீரர்' என்கிற பட்டமும் விஜய்சேதுபதிக்குக் கிடைத்த வெகுமதிகள்!

சினிமா உலகத்தில் பல்வேறு துறைகளில் சிறந்து விளங்கும் கலைஞர்களுக்கு ஆண்டுதோறும் தமிழக அரசு சார்பில் 'கலைமாமணி' விருது வழங்கப்படுகிறது. அதன்படி, 2017 ஆம் ஆண்டுக்கான சிறந்த நடிகர்களில் ஒருவராக விஜய்சேதுபதி தேர்வு செய்யப்பட்டு, அவருக்கு கலைமாமணி விருது வழங்கப்பட்டது.

■ ■

27

நண்பர்கள் பார்வையில்

அவர் ஒரு மாமனிதன்
- இயக்குநர் சீனு ராமசாமி

'தென்மேற்குப் பருவக்காற்று' படத்துக்கு விஜய்சேதுபதி ஹீரோவா வந்தது ஒரு பெரிய கதை. நான், 'கூடல்நகர்' படம் ஆரம்பிக்கறதுக்கு முன்னாடி அவர வரவச்சுப் பாத்தேன். "சார், வரச் சொன்னீங்களே?" என்றார். 'கூடல்நகர்' படத்துக்கு அவர் 'செட்' ஆகமாட்டார்னு தெரிஞ்சு, "சும்மா பாக்கலாம்னு வரச் சொன்னேன்"னு சொல்லி அனுப்பிச்சுட்டேன். அதுக்கப்புறம், எனக்கு அந்த ஞாபகமே இல்ல.

'தென்மேற்குப் பருவக்காற்று' படத்துக்கு ஹீரோ தேடிக்கிட்டு இருந்தப்ப, நடிகர் அருள்தாஸ் மூலமா, விஜய்சேதுபதி வந்து என்னைய சந்திச்சார். சில படங்கள்ல சின்ன சின்ன ரோல் பண்ணுனதாவும், குறும்படங்கள்ல நடிச்சிருப்பதாவும் சொல்லி ஒரு குறும்பட சிடியைக் கொடுத்தார்.

தேனியைக் கதைக் களமாகக் கொண்ட 'தென் மேற்குப் பருவக்காற்று' படத்தோட ஹீரோ, கிராமத்துல ஆடு மேய்ப்பவன். அந்தக் கேரக்டருக்கு அவர், பொருத்தமா இருப்பார்னு தோணுச்சு. உடனே போட்டோ சூட் பண்ணிப் பாத்தேன், எனக்கு திருப்தியா இருந்துச்சு. அவர்தான் ஹீரோனு முடிவு பண்ணிட்டேன். மேனேஜரைக் கூப்பிட்டு, "சேதுவுக்கு ஒரு அக்ரிமெண்ட் போடுங்க"னு சொல்லிட்டு, தேனிக்கு கிளம்பி போயிட்டோம்.

சூட்டிங் ஸ்பாட் போகும்வரை சேதுவுக்குக் கதையே தெரியாது. என்னோட ரூமுக்குப் பக்கத்துலயே அவருக்கும் ரூம் போட்டுக் கொடுத்து, முதல்நாள் இரவுதான் ஸ்கிரிப்ட்டை அவர் கையில் கொடுத்தேன். உடனே எல்லா சீனையும் படிச்சு, மனப்பாடம் பண்ணிட்டார்.

விஜய்சேதுபதி வென்ற கதை

சூட்டிங் ஆரம்பிக்கும் முதல் நாள் சேதுவுக்கு நடுக்கம். முதல் முறையா ஹீரோவா நடிக்கப் போறதால வந்த நடுக்கம் அது. அவரோட தோளில் கை போட்டுப் பேசி, அவரை சகஜநிலைக்குக் கொண்டு வந்தேன். பிறகு, சேதுவுக்கு நம்பிக்கை வந்தது.

அப்புறம், ஒவ்வொரு சீனிலும் இயல்பாக நடித்தார். நான் எதிர்பாக்கறத விட சிறப்பாவே செய்தார். படம் முடிந்து, பிரிவியூ பாக்கும்போது, "நீ விக்ரமுக்கு இணையான நடிகன்"னு சொன்னேன். நான் அன்னைக்கு சொன்னத, இன்னைக்கு சேது நிரூபிச்சுக் காட்டியிருக்கார்.

'தென்மேற்குப் பருவக்காற்று', 'தர்மதுரை', 'மாமனிதன்' என நானும், சேதுவும் சேர்ந்து மூன்று படங்கள் பண்ணிட்டோம்.

நான் அறிமுகப்படுத்திய ஹீரோ, இப்ப உயர்ந்த இடத்துல இருக்கறது எனக்கு ரொம்ப மகிழ்ச்சியா இருக்கு. எவ்வளவு பெரிய இடத்துக்குப் போனாலும், தன்னோட இயல்பு மாறாம, பழச மறக்காம இருக்கிறார், நல்ல காரியங்களுக்கு உதவுகிறார். இந்த குணம்தான் அவரை மாமனிதனாக ஆக்குகிறது. சேதுக்கு இருக்கற நல்ல இதயம், செய்யும் நற்காரியங்கள் எல்லாம் அவர்கிட்டயிருந்து மத்தவங்களும் கத்துக்கணும்.

இப்படிப்பட்டவொரு நல்ல கலைஞனை, சிறந்த மனிதனை சினிமாவில் பாக்கறது அபூர்வம். சேது, காலம் எனக்குக் கொடுத்த கொடை! சினிமா வாழ்க்கையில் என்ன சாதிச்சனு யாராவது கேட்டா,

அது, விஜய்சேதுபதி என்கிற கலைஞனைக் கண்டெடுத்தது தான்னு பெருமையா சொல்வேன்.

என்னை இயக்குநராக மாற்றியவர்
- டைரக்டர் பிரேம்குமார்

நான், 'வர்ணம்' படத்துல ஒளிப்பதிவாளரா வேலை செஞ்சேன். அசோசியேட் டைரக்டர் ஆறுமுககுமார் மூலமா வந்த விஜய் சேதுபதி, அந்தப் படத்துல ஒரு சின்ன கேரக்டர்ல நடிச்சாரு. ஸ்பாட்ல மூன்றரை நிமிட ஷாட், அற்புதமா நடிச்சு அசத்தினாரு. யூனிட்ல எல்லோரும் கை தட்டினாங்க. பிறகு 'நடுவுல கொஞ்சம் பக்கத்த காணோம்' படத்துல அவர் கூட ஒர்க் பண்ணினேன். இப்படி பல படங்கள்ல ஒர்க் பண்ணும்போது எங்க நட்பு இறுக்கமானது.

விஜய்சேதுபதி வென்ற கதை

இயக்குநராகும் ஆசையிலதான் சினிமாவுக்கே வந்தேன். '96' படத்தோட கதையை எழுதி முடிச்சேன். அதப் படிச்ச விஜய்சேதுபதி, "நீங்க டைரக்ட் பண்றதா இருந்தா நடிக்கிறேன்"னு சொன்னார். ஒரு ஒளிப்பதிவாளரா இருந்த என்னை, டைரக்டரா மாத்தியது அவர்தான்!

கதை எழுதும்போது விஜய்சேதுபதி முகம்தான் வந்துபோனது. ஒரு நண்பனா அவரோட வேலை செய்ய ரொம்ப எளிதா இருந்தது. என்னோட உணர்வுகளை அப்படியே அவர் ஸ்கிரீனில் கொண்டு வந்தார். 'ராமச்சந்திரன் மாதிரி உண்மையிலேயே யாராவது இருந்தா, நான் கல்யாணம் பண்ணிக்கறேன்'னு பல பெண்கள் என்னிடம் சொன்னாங்க. இதுதான் சேதுவோட ஸ்பெஷாலிட்டி.

இப்ப சேது கைல நிறைய படம் இருக்கறதால '96' படத்துக்குப் பிறகு நாங்க சேர்ந்து ஒர்க் பண்றதுல கொஞ்சம் 'கேப்' விழுந்திருச்சு. நிறைய கதைகள் சொல்லியிருக்கேன். எங்க கூட்டணி தொடரும்.

நல்லவர்களை நண்பர்களாக்கிக் கொள்வார் - இயக்குநர் ஆறுமுககுமார்

நான், அசோசியேட் டைரக்டரா வேலை செஞ்ச 'வர்ணம்' படத்துல நடிக்க சான்ஸ் கேட்டு கூத்துப்பட்டறையில இருந்து நிறையபேர் வந்தாங்க. அதுல, விஜய்சேதுபதியும் ஒருத்தர். அப்ப அவர், அட்மாஸ்பியர் ஆர்டிஸ்டாக இருந்தார். அவர் ஆபீஸ்க்கு வந்தப்ப டைரக்ஷன் டீம்ல இருந்த நாங்க,

அவசரமா வெளியே போக வேண்டியிருந்தது. 'அப்புறமா பாத்துக்கலாம்'னு சொன்னேன். 'இவர் மட்டும்தானே, பாத்துட்டுப் போலாம்'னு உதவி இயக்குநர்கள் சொன்னாங்க. அவரிடம் சிச்சுவேஷன் சொல்லி, 'இதுக்கு சொந்தமா டயலாக் போட்டு, பத்து நிமிஷத்துல ஏதாச்சும் செய்து காட்டுங்க'னு சொன்னேன்.

வெளியே போய் கெட் அப் சேஞ்ச் பண்ணிக்கிட்டு வந்து, அவரே சொந்தமா வசனம் பேசி, சூப்பரா நடிச்சுக் காட்டினார். அவர்கிட்ட இருந்த ஆர்வமும், வேகமும் எங்கள முக்கால் மணிநேரம் உட்கார வச்சது. அந்தத் திறமைதான்

இன்று அவரை உச்சத்துக்குக் கொண்டு போயிருக்கு. பெரிய ஹீரோவாக மாறிய பிறகும் தன்னடக்கத்துடன் இருக்கும் பணிவுதான் அவர் மேல் மரியாதையை வரவழைக்கிறது.

தன் திறமையின் மூலமாக அவர் நல்லவர்களை நண்பர்களாக்கிக் கொள்கிறார். அந்த நட்பை மதிச்சு, தன்னோட வளர்ச்சிக்குக் காரணமாக இருந்த நண்பர்களுக்கு உதவிக்கரம் நீட்டுகிறார். அவர் பழச மறக்க மாட்டார், நல்ல மனிதர்களையும் இழக்கவும் மாட்டார். நான், அவரின் நட்பைப் பெற ஆசீர்வதிக்கப்பட்டிருக்கிறேன்.

என்னோட நட்பை மதித்து நான் தயாரித்து, இயக்கிய 'ஒரு நல்ல நாள் பாத்து சொல்றேன்' படத்துல நடிச்சுக் கொடுத்து எனக்குப் பெருமை சேர்த்தார்

டைரக்டர்ஸ் ஆக்டர்
- இயக்குநர் பாலாஜி தரணிதரன்

நான், 'வர்ணம்' படத்துக்கு டயலாக் ரைட்டராக வேலை செய்தேன். அங்குதான் விஜய்சேதுபதியை சந்திச்சேன். ரொம்பவும் அமைதியான, சின்சியரான இளைஞனாக இருந்தார்.

'நடுவுல கொஞ்சம் பக்கத்த காணோம்' படத்தோட ஸ்கிரிப்ட் ரெடி பண்ணிட்டு, அதில் வரும் பிரேம்குமார் கேரக்டருக்கு ரொம்ப நாளா நடிகரைத் தேடிக்கிட்டிருந்தேன். அப்ப, ஆறுமுககுமார், 'விஜய் சேதுபதியை நடிக்க வைக்கலாமே'னு ஆலோசனை

சொன்னார். ஆனா, அந்தக் கேரக்டருக்கு சரிவராதுனு எனக்குத் தோன்றியது. நிறைய பேரை ஆடிசன் செய்து பார்த்தும் யாருமே திருப்தியா இல்ல. 'விஜய்சேதுபதியை ட்ரை பண்ணிப் பாரு'னு மறுபடியும் ஆறுமுககுமார் சொன்னார்.

பிறகு விஜய்சேதுபதி வந்தார். அந்த ஆபீஸ்ல சேர், டேபிள் கூட கிடையாது. வெறும் பாய்தான். நான் சொன்ன கதையை சின்சியரா கேட்டு, நடிச்சுக் காட்டினார். அவரோட நடிப்பு எனக்குப் பிடிச்சது. அதுவரை ஆடிஷனுக்கு வந்தவங்கள்லயே விஜய்சேதுபதிதான் சிறப்பா நடிச்சாரு. சரிப்பட்டு வரமாட்டாருனு நெனச்ச ஒருத்தர், மிகச் சரியா நடிச்சு, என்னை இம்ப்ரெஸ் பண்ணினார். படம் வந்தப்ப அவரோட நடிப்பு, ரசிகர்களையும் இம்ப்ரெஸ் செய்ததால், படமும் ஹிட் ஆனது.

பிறகு, 'சீதக்காதி'யில் இணைந்தோம். நாங்க எதிர்பாத்த மாதிரி 'சீதக்காதி'யின் ரிசல்ட் இல்லாமப் போனாலும், அந்தப் படம் எனக்கும், விஜய் சேதுபதிக்கும் திருப்தியா இருந்தது.

'டைரக்டர்ஸ் ஆக்டர்'னு சொல்வாங்களே, அதுக்கு அவர் ரொம்பவும் பொருத்தமானவர்.

என் பள்ளித் தோழன்
- தயாரிப்பாளர் கணேஷ்

நானும், விஜய்சேதுபதியும் ஸ்கூல் மேட்ஸ். சென்னையில எம்.ஜி.ஆர். ஸ்கூல்லதான் படிச்சோம். படிப்பு முடிஞ்சு நான் பிசினஸ் பக்கம் போயிட்டேன்.

சேது, சினிமாவுக்கு முயற்சி செய்யும்போது, 'அதெல்லாம் ரொம்ப சிரமம், யோசித்து செய்'னு அவனுக்கு அட்வைஸ் செய்தேன். அப்போதுதான் அவனுக்குக் கல்யாணமாகி இருந்தது. குடும்பம் கஷ்டப்படுமேங்கற அக்கறையில அப்படி சொன்னேன். ஆனால், சேதுவின் விடாமுயற்சி வெற்றியைத் தேடிக் கொடுத்தது.

பிசினஸ்மேனா இருந்த என்னையும் சினிமாவுக்குக் கொண்டு வந்துட்டான். நானும், சேதுவும் சேர்ந்து 'ஆரஞ்சு மிட்டாய்' படத்தைத் தயாரிச்சோம். அதில், முதலில் நடிகர் ஜெயப்பிரகாஷ்தான் நடிப்பதா இருந்தது. அவரோட கால்ஷீட் உடனே கிடைக்காத தால், நான், முதன் முதலா தயாரிக்கும் படம் நஷ்டப்படக் கூடாதுனு, அந்த முதியவர் வேடத்தில் சேதுவே நடிச்சான்.

அந்தப் படம் மூலமா சினிமா நுணுக்கங்களைக் கத்துக்கிட்டு பிறகு, 'றெக்க' படத்தை நான் தனியா தயாரிச்சேன். அந்த இரண்டு படங்களும் ஒரு தயாரிப்பாளரா எனக்கு மன நிறைவைக் கொடுத்தது. பிசினஸ்மேனா ஒரு சின்ன வட்டத்துக்குள் இருந்த என்னை, ஒரு தயாரிப்பாளரா எல்லோருக்கும் தெரியவச்சது சேதுதான். யாரோ ஒருத்தருக்கு செய்வதைக் காட்டிலும், நண்பர்களுக்குச் செய்ய வேண்டும் என்கிற நல்ல மனசு அவனுக்கு.

அதைப்போல, 'வசதியானவங்களுக்கு மேலும் மேலும் சம்பாதிச்சுக் கொடுக்கறத விட, வசதியில்லாத வங்களுக்கு உதவி செய்யணும்கறது' சேதுவோட

கொள்கை! நானொரு தயாரிப்பாளர்னு சொல்லறத விட, விஜய்சேதுபதியின் நண்பன்னு சொல்லிக்கறதுல தான் பெருமைப்படறேன்.

எளிமையான கலைஞன் -
சின்னத்திரை இயக்குநர் சி.ஜே. பாஸ்கர்

நான் 'சித்தி' சீரியல் முடிச்சிட்டு, 'பெண்' நெடுந் தொடரை ஆரம்பிச்சிருந் தேன். அப்போ விஜய் சேதுபதி என்னைத் தேடி வந்தாரு. சினிமால, சின்ன சின்ன வேடங்கள்ல வந்து தலையைக் காட்டியிருந்தாரு. அவரோட கண்ணும், சிரிப்பும் என்னை வசீகரம் செஞ்சது. 'பெண்' சீரியல்ல அவருக்கு ஒரு நல்ல ரோல் கொடுத்தேன். அதுக்குப் பிறகு சினிமால ஹீரோவா மாறி, இன்னைக்கு மாஸ் ஹீரோவா உயர்ந்து இருக்காரு.

நடிப்பு மீதுள்ள ஆர்வம் அடங்காத இளைஞனா, பத்து வருஷத்துக்கு முன்னாடி விஜய்சேதுபதியை எப்படிப் பார்த்தேனோ, அந்த ஆர்வம் அடங்காத கலைஞனாகவே இப்பவும் அவரைப் பார்க்கிறேன். உள்ளே எரிந்துகொண்டிருக்கிற அந்த ஜோதியை அணையாமப் பார்த்துக்கும் துடிப்புள்ள இளைஞனாக அவரு இருக்காரு.

எப்பவும் எளிதா அணுக முடிகிற, சகஜமா பழகுற இயல்பான மனிதனா இப்பவும் அவர் இருக்கிறது, எனக்கு வியப்பாவே இருக்குது. அவரோட இந்த எளிமைதான், எல்லாக் கதாபாத்திரங்களிலும் சிறப்பா வெளிப்படுது. அதனால அவரை, ரசிகர்களுக்கு எளிதில் பிடிச்சுப் போகுது.

நான், அவர தம்பினு கூப்பிடுவேன். என் தம்பியோட விஸ்வரூப வளர்ச்சியைப் பார்க்கும்போது பெருமையா இருக்குது. தம்பியோட திறமைக்கும், உழைப்புக்கும் இன்னும் பெரிய உயரத்தைத் தொடணும்.

■■

விற்பனையாகும் இதர நூல்கள்

நாடகம், திரைப்படக் கலை நூல்கள்

- நீங்களும் சினிமாவில் ஜெயிக்கலாம் — பாலபாரதி — 80.00
- இசையே! உயிரே!... (Best Quotations on Music) — வாமனன் — 40.00
- மறக்க முடியாத திரைப்படத் தயாரிப்பு அனுபவங்கள் — மின்னல் — 50.00
- தீரன் சின்னமலை — ஜீவன் எம்.ஏ. — 90.00
- மாணிக்கவாசகர் (வரலாற்றுக் காவியம் – மேடை அரங்கேற்ற வடிவில்) — ,, — 60.00
- மாவீரன் சுந்தரலிங்கத் தேவேந்திரர் (வரலாற்று நாடகம்) — ஜீவன் எம்.ஏ. — 80.00

சாதனையாளர்களின் சரித்திரம்

- ரோமானிய மாவீரன் ஜூலியஸ் சீசர் — கமலா கந்தசாமி — 100.00
- சேர, சோழ, பாண்டியர்களின் வீர வரலாறு — ,, — 125.00
- கிரேக்கம் தந்த மாவீரன் மகா அலெக்ஸாண்டர் — ,, — 100.00
- மாவீரன் நெப்போலியன் — ,, — 90.00
- பண்டித ஜவஹர்லால் நேரு வாழ்க்கை வரலாறு — வெங்கட்ராவ் பாலு — 60.00
- ஏழைகளின் அன்னை தெரசா — சேவியர் அல்ஃபோன்ஸ் சே.ச. ஜேம்ஸ் மெல்க்கியோர் — 90.00
- சத்ரபதி சிவாஜி வாழ்வும் சாதனைகளும்! — டி. வெங்கட்ராவ் பாலு — 60.00
- சிவகாமியின் செல்வன் தியாகச் செம்மல் காமராஜ் — சாவி — 75.00

- விண்வெளி வீராங்கனைகள் கல்பனா சாவ்லா,
  சுனிதா வில்லியம்ஸ் — சி.எஸ். தேவ்நாத் — 70.00

- 200 பிரபலங்கள் : 200 மறக்க
  முடியாத நிகழ்ச்சிகள் — அப்பாஸ் மந்திரி — 120.00

- 200 அறிஞர்கள் காத்திருக்கிறார்கள்! — ,, — 90.00

- மாணவர்களுக்கு இந்திய விடுதலையின் கதை
  (நூற்றுக்கணக்கான படங்களோடு...) (DC, HB) ,, 300.00

- சீனத்து ஞானி கன்ஃபூஷியஸ்
  சிந்தனைகள் — கமலா கந்தசாமி — 60.00

- நம்பிக்கை நாயகர்
  டாக்டர் அப்துல் கலாம் — ப்ரியா பாலு — 70.00

- ஃப்ரெஞ்ச் அறிஞர் ரூஸோ, ரஷ்யஞானி
  லியோடால்ஸ்டாய் – இருபெரும் ஞானிகளின்
  வாழ்வும் வாக்கும் — கமலா கந்தசாமி — 60.00

- உலக தத்துவ ஞானியர் மகான் மகாவீரர்,
  அறிஞர் அரிஸ்டாட்டில் — ,, — 80.00

- உலக சாதனை படைத்த விளையாட்டு
  வீராங்கனைகள் (37 வீராங்கனைகளின்
  தொகுப்பு) — சூரியகுமாரி B.A. — 90.00

- கர்ம வீரர் காமராஜ்
  வாழ்வும் தியாகமும் — மாத்ருபூதேஸ்வரன் M.A. — 70.00

- 40 தொழில் மேதைகள் உருவாக்கம்
  பெற்ற வரலாறுகள் — டி. வெங்கட்ராவ் பாலு — 65.00

- உலகின் தலைசிறந்த மாவீரர்கள் — ,, — 70.00

- உலக சரித்திரம் படைத்த
  சாதனையாளர்கள் — கமலா கந்தசாமி — 140.00